आरएसएस,
शालेय पाठ्यपुस्तके आणि
महात्मा गांधींची हत्या

आरएसएस, शालेय पाठ्यपुस्तके आणि

महात्मा गांधींची हत्या

हिंदू सांप्रदायिक प्रकल्प

आदित्य मुखर्जी, मृदुला मुखर्जी आणि
सुचेता महाजन

Los Angeles I London I New Delhi
Singapore I Washington DC I Melbourne

Originally Published in 2008 in English by
SAGE Publications India Pvt Ltd as RSS, School Texts and The Murder of Mahatma Gandhi: The Hindu Communal Project

This edition published in 2018 by

SAGE Publications India Pvt Ltd
B1/I-1 Mohan Cooperative Industrial Area
Mathura Road, New Delhi 110 044, India
www.sagepub.in

SAGE Publications Inc
2455 Teller Road
Thousand Oaks, California 91320, USA

SAGE Publications Ltd
1 Oliver's Yard, 55 City Road
London EC1Y ISP, United Kingdom

SAGE Publications Asia-Pacific Pte Ltd
3 Church Street
#10-04 Samsung Hub
Singapore 049483

Published by SAGE Publications India Pvt Ltd, Translation Project Coordinated by TranslationPanacea, Pune.

ISBN: 978-93-528-0834-2 (PB)

Translator: Sanket D. Lad
SAGE Team: Mahesh Sachane, Sharvari Mhapankar

सर्व छटांच्या सांप्रदायिकतेविरुद्ध लढणाऱ्या
बिपन चंद्र, इरफान हबीब, डी. आर. गोयल
आणि दिवंगत मोहित सेन या सर्व योद्ध्यांसाठी

Thank you for choosing a SAGE product!
If you have any comment, observation or feedback,
I would like to personally hear from you.

Please write to me at **contactceo@sagepub.in**

Vivek Mehra, Managing Director and CEO, SAGE India.

अनुक्रमणिका

बिपन चंद्र यांची *प्रस्तावना*   ९

ऋणनिर्देश   १५

भाग १
राष्ट्रीय स्वयंसेवक संघ आणि शालेय शिक्षण   १७

भाग २
गांधीजींच्या हत्येची दीर्घ पडछाया   ५१

गांधीजींच्या हत्येचा कट   ५३

गांधीजींच्या हत्येची पार्श्वभूमी   ६८

भारताच्या राष्ट्रस्वरूपाला धोका   ८१

गांधीजींच्या हत्येबाबत पश्चात्तापाचा अभाव   ८३

भाग ३
हिंदू सांप्रदायिक प्रकल्पाचा वैचारिक मूलाधार   ८९

बिगरहिंदूंप्रतिंचा दृष्टिकोन   ९३

मुस्लिमविरोधी पक्षपात   ९५

काँग्रेसविरोधी आणि गांधीविरोधी भूमिका   ९९

भारतीय राष्ट्रवादाची हिंदू सांप्रदायिक (फेर) व्याख्या आणि त्यांचा स्वतःचा निष्ठावाद   १०२

संदर्भ ग्रंथ   १०८

लेखक परिचय   ११८

प्रस्तावना

एप्रिल, २००७ मध्ये उत्तर प्रदेश विधानसभा निवडणुकीच्या प्रचारादरम्यान सांप्रदायिकतेची विखारी विषवल्ली पसरवण्याच्या हेतूने काही दृक्श्राव्य सीडींचे वाटप करण्यात येत असल्याचे आढळून आले. हे साहित्य इतके विखारी होते की निवडणूक आयोगाने यासंबंधी भारतीय जनता पक्षाचे (भाजप) तत्कालीन राष्ट्रीय अध्यक्ष राजनाथ सिंह यांच्यासह पक्षाच्या अन्य पदाधिकाऱ्यांविरुद्ध पोलिसांमध्ये तक्रार (एफआयआर) नोंदवण्याचे आदेश उत्तर प्रदेश सरकारला दिले होते. भाजपने नेहमीप्रमाणेच या प्रकरणी जबाबदारी झटकली.[१] उदाहरणार्थ, या सीडींमध्ये मुस्लीम कशा प्रकारे आपण हिंदू असल्याचे भासवून त्यांच्यावर संशय न घेणाऱ्या हिंदूंकडून गायी मिळवतात आणि त्यांची निर्दयीपणे हत्या करतात (सीडींमध्ये जनावराची मान कापताना वाहणाऱ्या रक्ताच्या पाटांचेही तपशीलवार चित्रिकरण करण्यात आले होते.) आणि मुस्लीम तरुण कशा प्रकारे हिंदू मुलींना फसवून पळवून नेतात आणि जबरदस्तीने त्यांचे धर्मांतर करतात, हे दाखवले होते. हिंदू कुटुंब हे दोनच मुलांवर थांबत असताना, मुस्लीम मात्र पाच वेळा विवाह करून ३५ मुले (*पिलावळ*) जन्माला घालतील आणि हा देश मुस्लीम राष्ट्र बनवून टाकतील, असा सावधानतेचा इशाराही सीडींमध्ये देण्यात आला होता.[२]

या प्रकरणामधून समोर आलेले धक्कादायक सत्य असे की स्वातंत्र्य मिळून साठ वर्षे उलटून गेली तरी देशातील बहुतांश भागामध्ये घातक सांप्रदायिकतेच्या प्रचाराने आपले विष पसरवणे सुरूच ठेवले आहे. वसाहतवादी कालखंडामध्ये सांप्रदायिक शक्तींनी (यामध्ये बहुसंख्याक आणि अल्पसंख्याक अशा दोन्ही प्रकारच्या सांप्रदायिकतेचा समावेश होतो) भारतीय

---

[१] याबाबतीत हिंदू सांप्रदायिक आणि राष्ट्रवाद्यांमध्ये अगदी सुरुवातीपासूनच कसा टोकाचा विरोधाभास आहे, हे या पुस्तकामध्ये दाखवण्यात आले आहे. राष्ट्रवाद्यांप्रमाणे, हिंदू सांप्रदायिकतावादी जेव्हा कायदा मोडल्याप्रकरणी पकडले गेले, तेव्हा अभावानेच त्यांनी त्या कृत्याची जबाबदारी स्वीकारली होती.

[२] सीडींविषयीच्या सविस्तर वृत्तांतासाठी पहा, *दि हिंदू,* ७ एप्रिल, २००७.

राष्ट्रवादाविरुद्ध मोठ्या प्रमाणावर भिंती उभारण्याचे काम केले आणि आता या शक्ती धर्मनिरपेक्षता आणि लोकशाही यांसारख्या राष्ट्रीय चळवळीच्या तत्त्वांवर आधारलेल्या स्वतंत्र राष्ट्राच्या स्वरूपाला गंभीर धोका निर्माण करत आहेत.

हे पुस्तक हिंदू किंवा बहुसंख्याक सांप्रदायिक प्रकल्पाचे काही महत्त्वाचे मुद्दे ठळकपणे समोर आणते. हे पुस्तक तीन भागांमध्ये विभागण्यात आले आहे. पहिल्या भागामध्ये राष्ट्रीय स्वयंसेवक संघाकडून (आरएसएस) शालेय पाठ्यपुस्तकांच्या माध्यमातून लहान मुलांच्या मनामध्ये विष पेरण्याचा प्रयत्न करून त्याद्वारे सांप्रदायिक विचारसरणीचा प्रसार करण्याच्या सुरू असलेल्या प्रयत्नांवर लक्ष केंद्रित करण्यात आले आहे. सांप्रदायिक विचारसरणी ही सांप्रदायिक प्रकल्पाच्या केंद्रस्थानी असते. सांप्रदायिक विचारसरणीच्या प्रसारातून एकदा का समाजाचे रूपांतर धार्मिक अंगाने विचार करण्याकडे होऊ लागले की त्यामागोमाग विधिमंडळ, प्रशासन, पोलीस आणि शैक्षणिक संस्था यांसारख्या राष्ट्रसंस्थांचे धार्मिकीकरण होऊ लागते आणि त्याचबरोबर दंगली आणि अगदी वांशिक संहारामार्फत धार्मिक हिंसाचारही घडू लागतो.

राष्ट्रीय स्वयंसेवक संघाने ही बाब ओळखली आहे आणि त्यामुळेच त्यांच्या विचारसरणीच्या कार्याला त्यांनी सर्वाधिक महत्त्व दिले आहे. या पुस्तकामध्ये याची दखल घेण्यात आली असून संघाकडून शालेय पाठ्यपुस्तकांच्या माध्यमातून लहान आणि संस्कारक्षम मनांमध्ये अन्य धार्मिक समुदायांबद्दल कशा प्रकारे द्वेष निर्माण केला जात आहे, हे आपल्यासमोर आणण्याचे काम हे पुस्तक करते. इतिहासाचे कशा प्रकारे विपर्यस्त, बहुतांश वेळा चुकीचे आणि कपोलकल्पित वर्णन प्रसारित करण्याचा प्रयत्न प्रामुख्याने करण्यात येत असून त्याला राष्ट्रीय स्वयंसेवक संघ ज्याचा प्रचार करू इच्छितो त्या अन्य धार्मिक समुदायांच्या नकारात्मक आणि शत्रूसमान प्रतिमेची जोड दिली जात आहे, हे या पुस्तकातून दाखवण्यात आले आहे. हे वर्णन त्यानंतर ऐतिहासिकदृष्ट्या सिद्ध झालेली बाब म्हणून लहान मुलांच्या मनावर बिंबवण्यात येते. आजच्या काळात एकीकडे कोणताही

सुसंस्कृत समाज हा शालेय विद्यार्थ्यांमध्ये वंशवादासारख्या (धर्मवाद हा वंशवादासारखाच आहे) पूर्वग्रहांचा होणारा प्रसार सहन करत नसताना भारतात अद्यापही या गोष्टी कशा राजरोसपणे सुरू आहेत, हेसुद्धा या पुस्तकामध्ये अधोरेखित करण्यात आले आहे.

पुस्तकाच्या दुसऱ्या भागामध्ये महात्मा गांधींच्या हत्येमधील संघ मंडळींच्या भूमिकेवर लक्ष केंद्रित करण्यात आले आहे.[३] असे करण्यामागे दोन कारणे आहेत. पहिले म्हणजे, महात्मा गांधींची 'हत्या' ही एक प्रकारे भारतीय राष्ट्रवादी चळवळीच्या मूल्यांच्या हत्येचे प्रतीक होते. महात्मा या मूल्यांचे सर्वांत महान निष्ठावंत आणि पुरस्कर्ते होते. दुसरे कारण म्हणजे, गांधींची हत्या ही केवळ संघ प्रकारच्या कृत्यांचे टोकाचे परिणामच दाखवत नाही, तर राष्ट्रीय स्वयंसेवक संघाच्या कार्यपद्धतीचे खूप चांगले उदाहरण यातून मिळते. उदाहरणार्थ, संघ मंडळींकडून करण्यात आलेल्या विषारी विचारधारेच्या प्रचारामुळे कसा गांधींच्या हत्येसाठी पाया तयार केला आणि त्यातून प्रत्यक्षात बंदुकीचा चाप कोणी ओढला, या मुद्द्याचे महत्त्वच कमी झाले, हे यावरून दिसून येते. त्याचप्रमाणे, या घटनेद्वारे या मंडळींकडून करण्यात येणाऱ्या फॅसिस्ट किंवा हुकुमशाही मानसिकतेचा प्रसारही दिसून येतो. अशा प्रकारच्या मानसिकतेमध्ये विरोधकांना हाताळण्याची पद्धत ही 'त्यांना आपल्या मार्गातून हटवणे' हीच होती. याने गांधीजी आणि संघ मंडळींमधील फरक अधोरेखित होतो. एकीकडे संघाने आपली ध्येयं गाठण्यासाठी कोणत्याही मार्गाचा अवलंब करण्यास अधिमान्यता दिली असताना, गांधीजी मात्र कोणतेही चांगले काम वाईट मार्गाचा अवलंब करून घडू शकत नाही, यावर ठाम होते. संघ मंडळींकडून कशा प्रकारे वारंवार दुटप्पीपणा आणि खोटारडेपणाचा वापर केला जातो, हेही यातून दिसते. भारतीय राष्ट्रवाद्यांपेक्षा अत्यंत विरुद्ध असलेल्या या सांप्रदायिकतावाद्यांनी कसे अडचणीत सापडल्यावर, आपल्या कृतींची

---

[३] लेखकाने मुद्दामहूनच 'संघ परिवार' हा शब्दप्रयोग वापरलेला नाही.

जबाबदारी घेण्यास नकार दिला होता, किंबहुना शिक्षा टाळण्यासाठी सहजपणे आपली कृत्येच कशी नाकारली होती, हे या प्रकरणातून स्पष्ट होते. उलट, बऱ्याचदा काही त्वरित फायदे साध्य करण्यासाठी त्यांनी दांभिकरीत्या त्यांच्याकडून द्वेष करण्यात येणाऱ्या गोष्टींचा सन्मान करण्याचा आव आणला आहे. शेवटी, गांधींच्या हत्येचे कारस्थान रचणाऱ्या आणि मुळातूनच समाजवादविरोधी असलेल्या या संघ मंडळींच्याच वारसदारांना काही दशकानंतर स्वतःला 'गांधीवादी समाजवादी' म्हणवून घेण्याचा प्रयत्न करण्यात कोणताच संकोच वाटला नाही, हे विसरता कामा नये.[४]

या पुस्तकाच्या तिसऱ्या भागामध्ये हिंदू सांप्रदायिक विचारधारेच्या काही मूलभूत घटकांचे विश्लेषण करण्यात आले आहे. हे घटक सावरकर आणि गोळवलकर यांसारख्या हिंदू धमर्वादी संस्थांच्या संस्थापकांनी मांडले होते आणि शालेय शिक्षणाद्वारे विचारधारेचा प्रचार करण्याच्या प्रयत्नाबरोबरच संघ मंडळींच्या सर्व कार्यांमध्ये हे घटक प्रतिबिंबित झालेले आपल्याला दिसतात. हिंदू धर्मवाद्यांनी केलेल्या वैचारिक मांडणीमध्ये बिगर-हिंदूंना केवळ आपल्या भारतीय राष्ट्राच्या संकल्पनेतूनच वगळलेले नाही, तर त्यांची प्रतिमाही राष्ट्रविरोधी आणि म्हणूनच द्वेष करण्याजोगी बाब अशी रंगवली आहे, याकडे हे पुस्तक लक्ष वेधते. त्यांनी हिटलरचेही उदात्तीकरण केले असून नाझींकडून ज्यूंना नष्ट करण्यासाठी वापरण्यात आलेल्या हुकूमशाही पद्धती या हिंदू मुस्लिमांबाबत काय करू शकतात, याचे उदाहरण म्हणून मांडल्या आहेत. त्याही पुढे जाऊन हिंदू सांप्रदायिकतावाद्यांनी (जे प्रत्यक्षात अल्पसंख्याक धर्मवाद्यांइतकेच कडवे राहिले) राष्ट्रवादी असल्याचे सोंग घेण्याचा केलेला प्रयत्नही या पुस्तकातून समोर येतो. त्यांनी मुळात राष्ट्रवादाची व्याख्याच बदलली (राष्ट्रवादाकडे प्राथमिकतः इस्लामविरुद्ध लढणे या दृष्टिकोनातून पाहिले गेले) जेणेकरून ते राष्ट्रवाद्यांप्रमाणे दिसावेत आणि जे प्रत्यक्षात राष्ट्रवादी होते (ज्यांनी हिंदू-मुस्लीम

---

[४] १९८० च्या दशकामध्ये आपल्या स्थापनेच्या सुरुवातीच्या टप्प्यात भारतीय जनता पक्षाने आपले वर्णन अशाच प्रकारे केले होते.

ऐक्याची आणि वसाहतवादाविरुद्धच्या लढ्यामध्ये केंद्रस्थानी राहण्याची शपथ घेतली होती) त्यांना जनतेचे शत्रू म्हणून रंगवता यावे.

किंबहुना, अलीकडच्या काही वर्षांमध्ये चांगल्या अर्थाने धर्मनिरपेक्ष असलेल्या बऱ्याच लोकांनी अनवधानाने 'हिंदू राष्ट्रवादी' असे हिंदू सांप्रदायिकतावाद्यांनी त्यांचे केलेले वर्णन स्वीकारण्यास सुरुवात केली आहे, हे अस्वस्थ करणारे आहे. अनेक धर्मनिरपेक्ष अभ्यासक आणि प्रसारमाध्यमांमधील मोठा गट आता स्वतःचा उल्लेख 'हिंदू राष्ट्रवादी' असा करू लागला आहे. हे वर्णन भारतीय राष्ट्रीय चळवळीने जवळपास १०० वर्षे काटेकोरपणे टाळले होते. भारतीय राष्ट्रवादी हे स्वतःचा उल्लेख समुदायवादी असा करायचे. भारतासारख्या बहुधार्मिक समाजामध्ये हिंदू राष्ट्रवाद (किंवा वस्तुतः एका विशिष्ट धर्माशी जोडलेली कोणताही राष्ट्रवाद) ही संज्ञाच मूलतः विरोधाभासी आहे. अशा प्रकारचा राष्ट्रवाद हा व्याख्येनुसार अन्य धार्मिक समुदायांना राष्ट्रामधून वगळतो आणि म्हणूनच त्याचा ओढा अटळपणे देशाच्या फाळणीकडे किंवा अन्य समुदायांचा नाश करण्याकडे नसला, तरी त्यांची हकालपट्टी करण्याकडे असतो.

एकंदर सांगायचे झाल्यास, हे पुस्तक आपल्या समाजाला सांप्रदायिकतेपासून असलेला गंभीर धोका नाट्यमयरीत्या आपल्यासमोर मांडते. २००४ च्या सार्वत्रिक निवडणुकीमध्ये धर्मवाद्यांच्या झालेल्या पराभवाने धर्मनिरपेक्ष शक्तींना सांप्रदायिकतेविरुद्ध लढण्याची आणि प्रचंड प्रमाणात अस्तंगत होत चाललेल्या 'स्वातंत्र्यलढ्यातील सांस्कृतिक मूल्यांची' जोपासना करण्याची संधी उपलब्ध करून दिली होती. ज्या प्रमाणात ही संधी युद्धपातळीवर साधण्यात आली नाही, ज्या प्रमाणात राष्ट्रीय स्वयंसेवक संघाच्या हजारो शाळांमधून अद्यापही सांप्रदायिक विष पसवरले जाऊ शकते आणि धार्मिकदृष्ट्या ज्वलनशील साहित्य निवडणुकांमध्ये नियमितपणे वापरले जाऊ शकते, ज्या प्रमाणात धर्मनिरपेक्ष राजकीय पक्ष अल्पकाळातील निवडणुकीच्या फायद्यासाठी सांप्रदायिक शक्तींकडे कानाडोळा करतात किंवा

अगदी हातमिळवणीही करतात, त्यावरून या ऐतिहासिक संधीला अद्याप पूर्ण न्याय देण्यात आलेला नाही, हेच सूचित होते.

हे पुस्तक म्हणजे तातडीने जागे होण्याचा इशारा आहे. इतिहासाने आपल्याला अशा प्रकारच्या गमावलेल्या संधींची द्यावी लागणारी कटू किंमत शिकवलेली असून आपण अनेक पिढ्या ती किंमत चुकती करत आहोत.

बिपन चंद्र

ऋणनिर्देश

या पुस्तकाचे काम पूर्ण होण्यासाठी मोठ्या संख्येने मित्र, सहकारी आणि सांप्रदायिकतेच्या विरोधातील या संघर्षातील सहआंदोलनकर्त्यांचा हातभार लागला आहे. किंबहुना, हे पुस्तक म्हणजे आम्ही शैक्षणिक सांप्रदायिकतेच्या विरुद्ध चालवलेल्या मोहिमेचाच परिपाक आहे. 'दिल्ली हिस्टॉरियन्स ग्रुप' या गटाचा एक भाग म्हणून २००१ पासून आम्ही या मोहिमेच्या प्रसारासाठी प्रयत्नशील होतो. दिल्ली हिस्टॉरियन्स ग्रुपमध्ये दिल्लीमधील, तसेच आसपासच्या परिसरातील विद्यापीठे आणि अन्य संस्थांमधील इतिहासकारांचा मोठ्या संख्येने समावेश आहे. त्यांपैकी विशेषतः बिपन चंद्र, अर्जुन देव, शिरीन मूसवी, सलील मिश्रा, विसालक्षी मेनन, लता सिंग, भूपेंद्र यादव, श्री कृष्णन, राकेश बताब्याल, महालक्ष्मी, अमित मिश्रा, अमर फारुखी आणि संजय मिश्रा यांनी अनेक प्रकारे केलेल्या सहकार्यासाठी आम्ही त्यांचे आभार मानू इच्छितो. 'सहमत' संस्थेचे राजेंद्र प्रसाद, मेधा आणि ग्यानेश कुदैस्य, बोध प्रकाश, शबनम आणि सुहैल हाश्मी, गौहर रझा, एस. इरफान हबीब, भुवन झा आणि वागिश झा यांनी सातत्याने दिलेल्या पाठिंब्यासाठी आम्ही त्यांचेही ऋणी आहोत.

नेहरू स्मृती संग्रहालय आणि वाचनालयाने त्यांच्या संग्रहातील छायाचित्रे वापरण्याची परवानगी दिल्याबद्दल आम्ही त्यांचे आभार मानतो.

आमचे प्रकाशक सेज यांनी केवळ हे पुस्तक प्रकाशित केल्याबद्दलच नाही, तर त्यामध्ये आवश्यक सुधारणा करण्यासाठी आणि ते वेळेत पूर्ण करण्यासाठी आमच्या पाठीमागे धोशा लावल्याबद्दलही आम्ही त्यांचे ऋणी आहोत. सेज टीममधील सुगाता घोष यांनी या काहीशा वेगळ्या पुस्तकाची केवळ कच्ची प्रत पाहिली आणि तातडीने हे पुस्तक प्रकाशित करण्यास संमती दर्शवली. त्याचप्रमाणे, हे पुस्तक अधिक कसे सुधारता येईल, याविषयीच्या काही खूप उपयुक्त सूचना केल्या. त्यांचे विशेष आभार. सुनंदा घोष, पायल कुमार, रेखा नटराजन, ज्योत्स्ना मेहता आणि त्रिणांकुर बॅनर्जी या सेजमधील सर्वांनीच आम्हाला अनेक प्रकारे साहाय्य केले.

शैक्षणिक सांप्रदायिकतेच्या विरोधातील आमच्या मोहिमेला सढळ हस्ते पाठिंबा देणारे तेजेश्वर सिंह दुर्दैवाने आज आपल्यासोबत नाहीत. परंतु, हे पुस्तक प्रकाशित करून सेजने या मोहिमेत दिलेले योगदान पाहून त्यांना आनंद झाला असता, याची आम्हाला खात्री आहे. आम्ही एक खूप जवळचा मित्र आणि सेज पब्लिकेशनचा प्रमुख म्हणून एक खूप चांगला प्रकाशक गमावला आहे. हे पुस्तक म्हणजे त्यांच्या स्मृतींना वाहिलेली लहानशी आदरांजली आहे.

भाग १

राष्ट्रीय स्वयंसेवक संघ आणि शालेय शिक्षण

राष्ट्रीय स्वातंत्र्यलढ्यामध्ये भारतीय जनता वसाहतवादाविरुद्ध ज्यासाठी लढली होती आणि स्वातंत्र्य मिळाल्यानंतरच्या मागील अर्धशतकाहून अधिक काळामध्ये भारतीयांनी अभिमानाने ज्यांची जोपासना केली आहे, त्या लोकशाही, नागरी स्वातंत्र्य, धर्मनिरपेक्षता आणि धर्म, जात, प्रदेश आणि लिंग याची पर्वा न करता सर्व नागरिकांना असलेला समानतेचा हक्क, आदी मूल्यांना आज गंभीर धोका निर्माण झाला आहे. आपल्या संविधानामध्ये जतन करण्यात आलेल्या स्वातंत्र्यलढ्यातील नागरी मूल्यांना संप्रदायवादी व जातीयवादी शक्तींकडून धोका निर्माण केला जात आहे. या शक्तींनी वसाहतवादाविरुद्धच्या लढ्यात सहभागी होण्यापासून स्वतःला केवळ दूरच ठेवले नव्हते, तर त्या अधिकाधिक वसाहतवादाचा प्रमुख टेकू किंवा सहकारी म्हणून उदयास आल्या होत्या.

मुस्लीम संप्रदायवादाचे प्रतिनिधित्व करणाऱ्या मुस्लीम लीगची एकनिष्ठ भूमिका बऱ्यापैकी सर्वश्रुत आहे आणि सामान्यतः स्वीकारलीही गेली आहे. तथापि, हिंदू संप्रदायवाद्यांनी अशाच प्रकारची कडवी भूमिका बजावली होती ही बाब बऱ्याचदा, ज्याप्रमाणे अल्पसंख्याक संप्रदायवाद्यांकडून फुटिरतावादाचा आश्रय घेण्यात येतो, त्याचप्रमाणे बहुसंख्याक संप्रदायवादाच्या प्रतिनिधींनी राष्ट्रवादी असल्याचे सोंग घेतल्यामुळे झाकली जाते. मात्र, या दोन्ही प्रकारच्या संप्रदायवाद्यांनी परस्परांना पोसले असून वसाहत काळामध्ये ब्रिटिशधार्जिणी, सरकारनिष्ठ भूमिका बजावण्याबरोबरच ते आता स्वातंत्र्योत्तर भारताचा विचार

करता धर्मनिरपेक्षता, लोकशाही आणि राष्ट्रीय हित या मूल्यांना गंभीर धोका निर्माण करत आहेत. हिंदू संप्रदायवादी प्रकल्पाने निर्माण केलेल्या धोक्यावर या पुस्तकात लक्ष केंद्रित करण्यात आले आहे.

जवळपास आधुनिक राष्ट्रवादाच्या उदयापासूनच अस्तित्वात असलेल्या संप्रदायवादाच्या आव्हानाने अलीकडच्या काही वर्षांत विविध राज्यांमध्ये आणि केंद्रातही संप्रदायवादी शक्तींचे सरकार आल्याच्या पार्श्वभूमीवर अक्राळविक्राळ रूप धारण केले आहे. आपण आता अशा परिस्थितीचे साक्षीदार आहोत, जिथे संप्रदायवादी शक्तींनी तळागाळाच्या स्तरावर अगदी मुलांमध्येही, तसेच प्रशासन, पोलीस, प्रसारमाध्यमे, शिक्षणव्यवस्था आणि न्यायपालिका यांसारख्या विविध सरकारी सामग्रीमध्ये त्यांच्या द्वेषमूलक विचारधारेचा फणा मारून ठेवलेला आहे.

संप्रदायवादी विचारसरणी परिणामकारकरीत्या पसरवली गेली, तरच संप्रदायवादाला बालेकिल्ला उभारता येईल, याबाबत राष्ट्रीय स्वयंसेवक संघाच्या (आरएसएस) नेतृत्वाखालील संघ मंडळी किंवा टोळ्या (परिवार किंवा कुटुंब या शब्दांमधून सभ्य, मानवी मूल्यांचा अर्थ प्रतित होत असल्यामुळे ते शब्द द्वेष आणि हत्येसारख्या गोष्टींचा प्रसार करणाऱ्या संघटनांशी जोडले जाऊ शकत नाहीत) अतिशय स्पष्ट आहेत. म्हणूनच त्यांनी त्यांचे सर्वाधिक प्रयत्न हे वैचारिक क्षेत्रावर केंद्रित केले आहेत. याच्या सुरुवातीसाठी लहान मुलांच्या कोवळ्या, संस्कारक्षम मनांमध्ये अन्य (अहिंदू) समाजांबद्दल द्वेष आणि अविश्वासाचे विष कालवण्यापेक्षा अधिक चांगली जागा कुठली असू शकेल? उदाहरणार्थ, बऱ्याच वर्षांपासून राष्ट्रीय स्वयंसेवक संघाने त्यांच्या दहा हजारांहून अधिक सरस्वती शिशु मंदिर, विद्या भारती प्राथमिक व माध्यमिक विद्यालये आणि त्यांच्या शाखांच्या माध्यमातून हा प्रकल्प हाती घेतला आहे. हिंदू वगळता भारतातील अन्य सर्व समुदायांना परदेशी म्हणून दाखवून ते बेईमान आणि विश्वासास पात्र नसल्याचे दर्शवणे, हा या द्वेष प्रकल्पाचाच एक भाग आहे. त्यातही रोख विशेषतः मुस्लिमांवर आहे, ज्यांचे वर्णन राष्ट्रीय स्वयंसेवक

संघाचे संस्थापक के. बी. हेडगेवार यांनी 'फुत्कारणारे यवनी साप'[१], आणि ज्यांना अशा ठिकाणी आणून ठेवले पाहिजे, जिथे ते 'डोडो पक्ष्याप्रमाणे मृतवत बनून नामशेष होतील'[२] असे केले होते. सम्राट अशोकाचा अहिंसेचा पुरस्कार आणि बौद्ध धर्माच्या वाढत्या प्रभावाने 'भेकडपणा' पसरवला आणि भारताचा स्वातंत्र्यलढा हा मुस्लिमांविरुद्धचे धर्मयुद्ध बनला होता, या व यांसारख्या गोष्टींचा दावा केला जातो. त्यामुळेच अहिंसेचे अनुयायी आणि ज्यांनी स्वातंत्र्यलढ्याला 'ब्रिटिश साम्राज्यवादाविरुद्ध हिंदू आणि मुस्लिमांचा सामायिक लढा' या स्वरूपात बांधले, त्या महात्मा गांधींचे वर्णन राष्ट्रीय स्वयंसेवक संघाच्या शब्दकोषात, ज्यांना नष्ट केलेच पाहिजे होते असे 'दुष्टात्मा', असे करण्यात आले यात कोणतेच नवल नाही. अलीकडच्या काही वर्षांमध्ये राष्ट्रीय स्वयंसेवक संघाने सरकारी शक्तीचा सक्रिय वापर करून शिक्षण आणि संस्कृतीचा प्रसार करण्याच्या नावाखाली ही द्वेषमूलक योजना पसरवण्याची अभूतपूर्व पातळी गाठण्यात यश मिळवले आहे.

हेच ते कारण आहे, ज्यामुळे धर्मनिरपेक्ष संघटनांना संप्रदायवादाचे हे आव्हान युद्धपातळीवर घेणे सर्वार्थाने आवश्यक होऊन बसले आहे. कोणत्याही शाळेमध्ये लहान मुलाचा संप्रदायवादी पूर्वग्रह आणि द्वेषाशी परिचय होऊ नये, याची खातरजमा करणे हे सरकारचे कर्तव्य असते. संप्रदायवादी पक्षपाताला शालेय पाठ्यपुस्तकातून दूर ठेवणे याचा अर्थ डाव्या किंवा उजव्या प्रकारच्या अन्य ऐतिहासिक आणि राजकीय पक्षपाताची ओळख करून देणे नव्हे. ती सांस्कृतिक आणि संवैधानिक अनिवार्य गरज आहे. संप्रदायवाद हा वंशभेद आणि वर्णभेदासमान आहे. जगातील कोणत्याही सुसंस्कृत समाजाने आज लोकप्रिय स्तरावर आणि विशेषतः बालस्तरावर वंशभेदी पूर्वग्रहाचा प्रसार करण्याची परवानगी दिली नसती. सरकारची भूमिका ही केवळ शैक्षणिक पायाभूत सुविधा उभारण्यासाठी निधी उपलब्ध करून

१ सी. पी. भिशीकर, *केशव: संघ निर्माता*, सुरुची साहित्य प्रकाशन, नवी दिल्ली, १९७९. पृष्ठ क्र. ४१.
२ राष्ट्रीय स्वयंसेवक संघाचे मुखपत्र, *ऑर्गनायझर*, ४ जानेवारी १९७०.

देण्यापुरतीच मर्यादित नसून अभ्यासक्रमाचा विचार करता सदैव हस्तक्षेपविहीन राहण्याचीही आहे. आपल्या स्वातंत्र्यसैनिकांनी ज्यासाठी लढा दिला आणि आपल्या संविधानामध्ये ज्यांची जोपासना करण्यात आली आहे, त्या मूलभूत सांस्कृतिक/नागरी मूल्यांचे उल्लंघन होणार नाही, याची खातरजमाही सरकारने केली पाहिजे. नागरी हक्कांचे सर्वांत कडवे संरक्षक आणि त्यासाठी लढणाऱ्या गांधीजी यांनीही या हक्कांबाबत एक अपवाद केला होता, हे आपण लक्षात ठेवले पाहिजे. 'संप्रदायवाद, जातीयवाद, धर्मवेड... आणि द्वेष पसरवण्यासाठी हेतुपूर्वक तयार केलेल्या सर्व साहित्यावर' बंदी घालण्यासाठी सरकारी ताकद वापरली पाहिजे, अशी त्यांची धारणा होती.[३]

असे न करण्याची किंमत खूप जास्त आहे. गुजरातमधील गोध्रा प्रकरणाच्या अनुभवानंतर करण्यात आलेले अभ्यास दर्शवतात की सुमारे दोन दशकांपासून शालेय विद्यार्थ्यांच्या मनामध्ये पसरवण्यात आलेल्या विषामुळेच नंतर घडलेला मानवी संहार हा जवळपास अटळ बनला.[४] (सरकार, प्रशासन, पोलीस, प्रसारमाध्यमे आणि न्यायपालिकेतही शिरलेल्या संप्रदायवादामुळेच या संहाराला राक्षसी रूप धारण करणे शक्य झाले.) मुरली मनोहर जोशी, त्यांचे विश्वासू जे. एस. राजपूत आणि द्वेषमूलक पाठ्यपुस्तकांच्या लेखकांनी पसरवलेल्या संप्रदायवादी विचारसरणीमुळेच प्रार्थनास्थळे जमीनदोस्त करण्यात आणि असाहाय्य स्त्रिया व मुलांचे तुकडेतुकडे करण्यात आनंद वाटणाऱ्या कट्टर समुदायाला यशस्वीरीत्या एकत्र करणे मोदी आणि तोगडियासारख्यांना शक्य झाले, हे आपण विसरता कामा नये.

---

[३] *हरिजन*, २ मे १९३६, बिपन चंद्र यांच्या 'गांधीजी, सेक्युलेरिझम अँड कम्युनॅलिझम' या लेखामध्ये उद्धृत, *सोशल सायंटिस्ट* ३२(१–२), जाने–फेब्रु.२००४. इरफान हबीब, बिपन चंद्र, रवींद्र कुमार, कुमकुम सांगरी आणि सुकुमार मुरलीधरन (संपादित) *टुवर्ड्स अ सेक्युलर अँड मॉर्डन इंडिया–गांधी रिकन्सिडर्ड* या पुस्तकातही हे विधान पुनर्मुद्रित करण्यात आले आहे, सहमत, नवी दिल्ली, २००४, पृष्ठ क्र. ५०.

[४] धर्मनिरपेक्ष कार्यकर्त्या आणि *कम्युनॅलिझम कॉम्बॅट* या नियतकालिकाच्या संपादिका तिस्ता सेटलवाड वारंवार हा मुद्दा मांडत असतात.

पुढील भागामध्ये राष्ट्रीय स्वयंसेवक संघाच्या विभाजनवादी द्वेषमूलक विचारधारेचा आशय आणि शिक्षणव्यवस्थेतून हा आशय पसरवण्याच्या व्यूहरचना यांच्या काही पैलूंची रूपरेषा मांडण्याचा प्रयत्न करण्यात आला आहे. १९५२ साली राष्ट्रीय स्वयंसेवक संघाचे तत्कालीन सरसंघचालक एम. एस. गोळवलकर यांच्या उपस्थितीत पहिले सरस्वती शिशु मंदिर सुरू झाले होते. आज त्यांचा विस्तार आणि प्रभाव कैकपटींनी वाढला आहे. त्यामुळे या विद्येच्या मंदिरांमध्ये शिक्षणाच्या नावाखाली काय शिकवतात, हे सर्वप्रथम तपासणे सयुक्तिक ठरेल.

भारतीय जनता पक्षाचे (भाजप) सरकार सत्तेवर येण्यापूर्वी शालेय पाठ्यपुस्तकांचे मूल्यांकन करण्यासाठी सन्माननीय, प्रतिष्ठित आणि नामवंत अभ्यासकांचा समावेश असलेली राष्ट्रीय पाठ्यपुस्तक मूल्यमापन सूकाणू समिती स्थापन करण्यात आली होती. जवाहरलाल नेहरू विद्यापीठाचे निवृत्त प्राध्यापक, तसेच राष्ट्रीय प्राध्यापक आणि नॅशनल बुक ट्रस्टचे अध्यक्ष बिपन चंद्र हे या समितीच्या अध्यक्षस्थानी होते. या समितीमध्ये नेहरू स्मृती संग्रहालय व वाचनालयाचे माजी संचालक प्राध्यापक रविंदर कुमार, शांतिनिकेतनच्या विश्वभारती विद्यापीठाचे माजी कुलगुरू प्राध्यापक नेमाई सधन बोस, अमृतसरच्या गुरूनानक देव विद्यापीठाचे माजी कुलगुरू प्राध्यापक एस. एस. बाल, भारतीय इतिहास संशोधन परिषदेचे माजी अध्यक्ष प्राध्यापक आर. एस. शर्मा, मुझफ्फरपूर विद्यापीठाचे प्राध्यापक सीताराम सिंह, हैदराबादमधील उस्मानिया विद्यापीठाच्या प्राध्यापिका सरोजिनी रेगानी, श्री व्ही. आय. सुब्रमण्यम यांचा सदस्य म्हणून आणि एनसीईआरटीचे अधिष्ठाता, प्राध्यापक अर्जुन देव यांचा सदस्य सचिव म्हणून समावेश होता. जानेवारी १९९३ आणि ऑक्टोबर १९९४ मध्ये झालेल्या या समितीच्या बैठकांदरम्यान राष्ट्रीय शैक्षणिक संशोधन व प्रशिक्षण परिषदेने (एनसीईआरटी) विविध राज्यांमध्ये वापरल्या जाणाऱ्या, तसेच राष्ट्रीय स्वयंसेवक संघ संचलित सरस्वती शिशु मंदिर प्रकाशन आणि विद्याभारती पब्लिकेशन यांनी प्रकाशित

केलेल्या पाठ्यपुस्तकांबाबत तयार केलेले अहवाल विचारार्थ घेण्यात आले. समितीने मनुष्यबळ विकास मंत्रालय आणि विविध राज्यांच्या शैक्षणिक अधिकारसंस्थांना केलेल्या शिफारशी आणि एनसीईआरटीने तयार केलेले अहवाल यातील सारांश खाली देण्यात आला आहे. त्यावरून आपल्या मुलांना पाजल्या जाणाऱ्या पक्षपाती आणि संप्रदायवादी विषाचे स्वरूप उघड होते. खाली देण्यात आलेल्या सारांशामध्ये घातलेली भर ही आमची आहे.

सरस्वती शिशु मंदिर प्रकाशनाबाबत समितीने पुढील शिफारस केली होती:

> सरस्वती शिशु मंदिराच्या सध्या प्राथमिक स्तरावर वापरण्यात येणाऱ्या काही पाठ्यपुस्तकांमध्ये भारतीय इतिहासाचा आत्यंतिक विषारी संप्रदायवादी दृष्टिकोन सादर करण्यात आला आहे... असहिष्णू आणि अतिशय रांगडी भाषाशैली, तसेच कोणताही विधिनिषेध न बाळगता ऐतिहासिक 'बाबीं'ची करण्यात आलेली मोडतोड आदी गोष्टी या दावा केल्याप्रमाणे देशभक्तीचा प्रसार करण्यासाठी नाही, तर संपूर्णपणे आंधळा धर्माभिमान आणि कट्टरवादाच्या प्रसारासाठी तयार केल्या गेल्या आहेत... ही पाठ्यपुस्तके शाळांमध्ये वापरण्याची परवानगी देता कामा नये.

त्याचप्रमाणे विद्याभारती पब्लिकेशनसंबंधी समितीने शिफारस केली होती:

> देशातील विविध भागांत स्थापन करण्यात आलेल्या विद्याभारती शाळांमध्ये शिकवल्या जाणाऱ्या *संस्कृती ज्ञान* नावाच्या मालिकेतील निर्लज्ज संप्रदायवादी लेखनाचे प्रकाशन आणि वापर यांविषयी अहवालात व्यक्त करण्यात आलेल्या चिंतांशी ही समिति सहमत आहे. या शाळांची संख्या ६,००० इतकी असल्याचे अहवालात म्हटले आहे. तथाकथित संस्कृती ज्ञान मालिकेतील बहुतांश साहित्य हे 'नव्या पिढीमध्ये संस्कृतीचे ज्ञान बिंबवण्याच्या नावाखाली फाजील धर्माभिमान आणि धार्मिक कट्टरवाद पसरवण्यासाठी रचण्यात' आल्याच्या अहवालातील नोंदीशी ही समिति सहमत आहे. विद्याभारती वापर हा स्पष्टपणे *निर्लज्ज संप्रदायवादी*

संकल्पांच्या प्रसारासाठी केला जात असल्याचे समितीचे मत आहे. मध्य प्रदेश आणि अन्य ठिकाणच्या विद्याभारती शाळांमध्ये *संस्कृती ज्ञान* ही मालिका वापरली जात असल्याची माहिती आहे. मध्य प्रदेश आणि अन्य राज्यांमधील शैक्षणिक अधिकारसंस्थांनी शाळांमध्ये या मालिकेचा वापर करण्यास परवानगी नाकारावी, अशी शिफारस ही समिती करते. धार्मिक विद्वेषाला चिथावणी देणाऱ्या या साहित्याचे प्रकाशन थांबवण्यासाठी योग्य पावले उचलण्याचा विचारही राज्य सरकार करू शकते आणि विद्याभारती संस्थानकडून या साहित्याच्या आधारावर घेतल्या जाणाऱ्या परीक्षांना परवानगी नाकारू शकते.

समितीला सादर करण्यात आलेल्या अहवालातील काही भाग पाहिल्यास समितीच्या कठोर शिफारशींचे स्पष्टीकरण मिळेल.

सरस्वती शिशु मंदिर प्रकाशन, लखनौच्या १९९२ सालच्या इयत्ता चौथीच्या *गौरव गाथा* मधील काही भाग.

असे म्हटले होते की सम्राट अशोकाच्या काळात:

अहिंसेच्या पुरस्कारास सुरुवात झाली. प्रत्येक प्रकारची हिंसा हा गुन्हा समजण्यास सुरुवात झाली. शिकार, *यज्ञात* दिले जाणारे बळी आणि शस्त्रांचा वापरही वाईट समजला जाऊ लागला. सैन्यावर याचा वाईट परिणाम झाला. संपूर्ण राज्यामध्ये हळूहळू *भेकडपणा* पसरू लागला. बौद्ध भिक्षूंना अन्न पुरवण्याची जबाबदारी राज्याने उचलली. त्यामुळे, लोकांनी भिक्षू बनण्यास सुरुवात केली. शस्त्रांच्या बळावर मिळवलेल्या विजयाकडे वाईट म्हणून पाहिले जाऊ लागले. सीमांचे संरक्षण करणाऱ्या सैनिकांचे मनोधैर्य खच्ची झाले... *अहिंसेच्या* उपदेशाने उत्तर भारताला *कमकुवत* बनवले (पृष्ठ क्र. ३०–३१).

(बौद्ध धर्म आणि त्याच्या मूलभूत तत्त्वांपैकी एक असलेल्या अहिंसेविषयी तुच्छता व्यक्त करण्याबरोबरच या साहित्याद्वारे राष्ट्रीय स्वयंसेवक संघाने आधुनिक काळातील अहिंसेचे सर्वांत महान अनुयायी असलेल्या महात्मा गांधी यांच्याविषयी द्वेष पसरवण्यासाठीही कसा पाया तयार केला आहे, याची नोंद घ्यावी. या पैलूविषयीची अधिक माहिती पुढे देण्यात आली आहे.)

इस्लामच्या उदयाविषयी यामध्ये म्हटले आहे:

ते जिथे कुठे गेले, तेथे त्यांच्या हातामध्ये तलवार होती. त्यांचे सैन्य वादळाप्रमाणे चारही दिशांना घोंगावत असे. त्यांच्या मार्गात आलेला प्रत्येक देश त्यांनी नष्ट केला. प्रार्थनास्थळे आणि विद्यापीठे उद्ध्वस्त करण्यात आली. वाचनालये जाळण्यात आली. धार्मिक ग्रंथ नष्ट करण्यात आले. *माता-भगिनींवर अत्याचार करण्यात आले.* दया आणि न्याय हे त्यांना ठाऊकच नव्हते (पृष्ठ क्र. ५१–५२).

दिल्लीचा कुतुबमिनार हा आजही त्याच्या (कुतुबुद्दिन ऐबक) नावाने प्रसिद्ध आहे. हा मिनार त्याने बांधला नाही. तो हा मिनार बांधूही शकला नसता. प्रत्यक्षात, सम्राट समुद्रगुप्ताने हा मिनार बांधला होता. त्याचे खरे नाव विष्णूस्तंभ होते... सुलतानाने त्याचे काही भाग पाडले आणि त्याचे नाव बदलण्यात आले (पृष्ठ क्र. ७३).

(अलीकडच्या वर्षांमध्ये हिंदू संप्रदायवाद्यांनी गुजरात, पुणे आणि अयोध्येमध्ये केलेल्या गोष्टींसाठी वरील वर्णन किती चपखल बसते, याची त्यांना जाणीव न होणे हे काहीसे विचित्र आहे. पुण्यामध्ये भांडारकर संस्थेच्या वाचनालयाची तोडफोड करण्यात आली, गुजरातमध्ये माता व भगिनींवर अत्याचार करण्यात आले आणि अयोध्येमध्ये बाबरी मशीद उद्ध्वस्त करण्यात आली.)

सरस्वती शिशु मंदिर प्रकाशन, लखनौच्या १९९१ साली प्रकाशित झालेल्या इयत्ता पाचवीच्या *इतिहास गा रहा है* या पुस्तकातील काही भाग.

> ...यानंतर आक्रमणकर्ते *एका हातात तलवार आणि दुसऱ्या हातात कुराण* घेऊन आले. तलवारीच्या धारेवर अगणित हिंदूंना बळजबरीने मुसलमान बनवण्यात आले. *स्वातंत्र्याचा लढा धार्मिक युद्ध बनले.* धर्मासाठी असंख्य लोकांनी प्राण वेचले. आपण एकापाठोपाठ एक युद्ध जिंकत पुढे जात राहिलो. आपण कधीही परदेशी राज्यकर्त्यांना स्थिरावू दिले नाही, मात्र आपल्या दुरावलेल्या बांधवांचे पुन्हा हिंदू धर्मात धर्मांतर आपण करू शकलो नाही (पृष्ठ क्र. ३).

(मुस्लिमांच्या विरोधात द्वेष ओकण्याबरोबरच येथे स्वातंत्र्यलढ्याचे वर्णन कशा प्रकारे धार्मिक युद्ध म्हणून करण्यात आले आहे आणि धर्मांतर झालेल्या मुस्लिमांचे पुन्हा हिंदू धर्मात धर्मांतर करण्याची कामगिरी अपूर्ण असल्याचे उघडपणे सांगण्यात आले आहे, हेसुद्धा नोंद घेण्याजोगे आहे.)

त्यामुळेच अशा प्रकारे 'स्वातंत्र्यलढ्या'ची व्याखा करणाऱ्या या पाठ्यपुस्तकामध्ये साहजिकच राष्ट्रीय स्वयंसेवक संघाचे संस्थापक हेडगेवार आणि त्यांचे उत्तराधिकारी गोळवलकर यांना मानाचे स्थान मिळाले असून त्यात म्हटले आहे:

> शेकडो वर्षांच्या गुलामगिरीने दिलेल्या दुष्प्रवृत्ती या स्वयंसेवकांनी दूर केल्या... हे संघटन देशासाठी अभिमानाचे प्रतीक बनले.

एनसीईआरटीच्या अहवालामध्ये या पुस्तकांचा परिणाम योग्य प्रकारे सारांशरूपात मांडण्यात आला आहे:

> या शाळांमध्ये शिकण्यासाठी येणाऱ्या लहान मुलांमध्ये देशभक्ती निर्माण करण्याच्या नावाखाली या मुलांचे रूपांतर हळूहळू *धर्मांध मूर्खांमध्ये* करणे, हा मुख्य उद्देश ही पुस्तके साध्य करत आहेत [*मूळ उताऱ्यानुसार*].

विद्याभारतीच्या प्रकाशनांविषयी दिलेल्या अहवालातील काही भाग

विद्याभारती संस्थान ही संस्था युवा पिढीला *धर्म, संस्कृती आणि राष्ट्रवादाचे शिक्षण* पुरवण्यासाठी कार्यरत असल्याचा दावा करते. प्रश्नोत्तरांची मालिका हा संस्थानातर्फे याच दिशेने केल्या जाणाऱ्या प्रयत्नांचा एक भाग आहे.

या मालिकेतील प्रत्येक पुस्तिकेमध्ये भूगोल, राजकारण, व्यक्तिमत्त्वे, शहीद सेनानी, मूल्ये, हिंदू सण व उत्सव, धार्मिक ग्रंथ, सामान्यज्ञान आणि इतर विषयांसंबंधी प्रश्न आणि उत्तरांचा समावेश आहे. या पुस्तकांमधील बहुतांश साहित्य हे निर्लज्ज संप्रदायवादी आणि कट्टरवादी संकल्पनांचा प्रसार करण्यासाठी आणि राष्ट्रीय स्वयंसेवक संघाची धोरणे व कार्यक्रम यांना लोकप्रियता मिळवून देण्यासाठी तयार करण्यात आले आहे.

या पुस्तिकांमधून कोणत्या प्रकारच्या *संस्कृतीविषयक* 'ज्ञानाचा' प्रसार केला जातो, याची काही उदाहरणे खाली देण्यात आली आहेत.

भारताला 'विश्व संस्कृतीचे मूळ निवासस्थान' म्हणून अत्यंत उदात्तपणे सादर करण्यात आले आहे. उदाहणार्थ, यांपैकी एका पुस्तिकेत (क्र. ९) म्हटले आहे,

> भारत हा जगातील सर्वांत प्राचीन देश आहे. जगातील अनेक देशांमध्ये जेव्हा संस्कृती विकसित झाली नव्हती, जेव्हा त्या देशांमधील लोक हे जंगलांमध्ये नग्नावस्थेत किंवा झाडांच्या साली अथवा प्राण्यांच्या कातड्यांनी त्यांचे शरीर झाकून जगत होते, तेव्हा भारताच्या ऋषीमुनींनी संस्कृतीचा प्रकाश आणला आणि सर्व देशांमध्ये संस्कृती विकसित झाली.

'भारतीय मनिषींनी आर्यत्वाच्या तेजाचा प्रसार केल्याची' काही उदाहरणे खालीलप्रमाणे आहेत:

(१) चीनमध्ये संस्कृतीचा दिवा प्रज्वलित करण्याचे श्रेय प्राचीन भारतीयांना जाते.

(२) भारत ही प्राचीन चीनची मातृभूमी होती. त्यांचे पूर्वज हे भारतीय क्षत्रिय होते...

(३) चीनमध्ये वस्तीला सुरुवात करणारे पहिले लोक हे भारतीय होते.

(४) इराणमध्ये स्थायिक झालेले पहिले लोक हे भारतीय (आर्य) होते.

(५) वाल्मिकींचे *रामायण* या आर्यांच्या महान साहित्यकृतीच्या लोकप्रियतेचा प्रभाव युनानवर (ग्रीस) पडला आणि तेथेसुद्धा होमर या महान कवीने *रामायणाची* त्यांची आवृत्ती रचली.

(६) अमेरिकेच्या उत्तर भागातील स्थानिक लोकांच्या (रेड इंडियन) भाषा या प्राचीन भारतीय भाषांवरून घेण्यात आल्या आहेत.

यांपैकी बहुतांश पुस्तिकांमध्ये 'श्री रामजन्मभूमी' संबंधी एक विभाग आहे. त्यांनी सध्याचा राष्ट्रीय स्वयंसेवक संघ-व्हीएचपी (विश्व हिंदू परिषद) यांचा प्रचार हा अंतिम सत्य म्हणून प्रश्नोत्तरांच्या स्वरूपात सश्रद्धांना पाठ करण्यासाठी दिला आहे. या विभागातील काही प्रश्नोत्तरे पुढीलप्रमाणे आहेत:

प्र. *अयोध्येतील श्रीरामाच्या जन्मस्थळी पहिले मंदिर कोणी उभारले?*
उ. श्रीरामांचे सुपुत्र महाराजा कुश यांनी.

प्र. *श्रीरामांचे मंदिर उद्ध्वस्त करणारा पहिला परदेशी घुसखोर कोण होता?*
उ. ग्रीसचा मेनँडर (इसपू. १५०).

प्र. *सध्याचे राम मंदिर कोणी बांधले?*
उ. महाराजा चंद्रगुप्त विक्रमादित्य यांनी (ईस. ३८०-४१३).

प्र. कोणत्या मुस्लीम लुटारूने ईसवी सन १०३३ मध्ये अयोध्येतील मंदिरांमध्ये घुसखोरी केली?

उ. महंमद गझनवीचा पुतण्या सलार मसूद याने.

प्र. कोणत्या मुघल घुसखोराने ईसवी सन १५२८ मध्ये राम मंदिर उद्ध्वस्त केले?

उ. बाबर.

प्र. बाबरी मशीद हे प्रार्थनास्थळ का नाही?

उ. कारण, मुस्लिमांनी आजपर्यंत कधीही तिथे नमाझ पढला नाही.

प्र. ईसवी सन १५२८ ते १९१४ दरम्यान राम मंदिर मुक्त करण्यासाठी किती भाविकांनी प्राणांची आहुती दिली?

उ. तीन लाख पन्नास हजार.

प्र. श्री रामजन्मभूमीमध्ये किती वेळा परदेशी घुसखोरांनी घुसखोरी केली?

उ. सत्याहत्तर वेळा.

प्र. श्रीराम कारसेवा समितीने कारसेवा करण्यासाठी कोणता दिवस निश्चित केला?

उ. ३० ऑक्टोबर, १९९०.

प्र. भारताच्या इतिहासामध्ये २ नोव्हेंबर, १९९० हा दिवस काळ्या अक्षरांनी का लिहिला जाईल?

उ. कारण त्या दिवशी तत्कालीन मुख्यमंत्र्यांनी निःशस्त्र कारसेवकांवर गोळ्या झाडण्याचे आदेश देऊन शेकडो कारसेवकांची कत्तल केली.

प्र. श्री रामजन्मभूमीवर मंदिराचा शीलान्यास कधी रचला गेला?

उ. १ नोव्हेंबर, १९८९.

प्र. *रामजन्मभूमीच्या मुक्तीसाठी ३० ऑक्टोबर १९९० रोजी सुरू करण्यात आलेला संघर्ष हा एकूण कितवा होता?*

उ. *७८ वा संघर्ष.*

अन्य काही प्रश्न हे खालीलप्रमाणे आहेत.

रामभक्त कारसेवकांनी श्री रामजन्मभूमीवर भगवा ध्वज कधी फडकवला? भगवा ध्वज फडकावताना प्राण वेचलेल्या [मूळ उताऱ्यानुसार] तरुण मुलांची नावे लिहा.

या मालिकेतील एका पुस्तकामध्ये (क्र. १२) जगातील विविध संत आणि त्यांनी स्थापन केलेले पंथ/श्रद्धा यांसंबंधीचा एक विभाग आहे. या विभागामध्ये करण्यात आलेली विधाने ही अन्य धर्मांविरुद्ध तिरस्कार आणि आंधळा द्वेष पसरवण्याच्या उद्देशाने रचण्यात आली आहेत. ख्रिश्चन धर्माच्या अनुयायांविषयी असलेल्या एका विधानामध्ये त्यांना राष्ट्रविरोधी आणि भारताच्या ऐक्याला धोका निर्माण करणारे म्हणून चितारण्यात आले आहे. हे विधान पुढीलप्रमाणे:

या धर्माच्या अनुयायांच्या कारस्थानी धोरणांमुळेच भारताची *फाळणी* झाली. आजही नागालँड, मेघालय, अरुणाचल प्रदेश, बिहार, केरळ आणि आपल्या देशाच्या अन्य प्रदेशांमध्ये *ख्रिश्चन मिशनरी या राष्ट्रविरोधी प्रवृत्तींना* उत्तेजन देण्यात गुंतल्या असून त्यामुळे आजच्या काळातील भारताच्या अखंडतेला गंभीर धोका आहे.

इस्लामविषयीचे एक विधान खालीलप्रमाणे आहे:

मूर्तिपूजेचे हजारो विरोधक, इस्लामचे अनुयायी हे '*शिवलिंगा*'ची पूजा करण्यासाठी काबा येथील इस्लामी समुदायाच्या प्रार्थना केंद्रामध्ये जातात. मुस्लीम समाजामध्ये त्या काळ्या पाषाणाचे (शिवलिंग) *दर्शन* होणे, ही सगळ्यात मोठी इच्छा आहे.

दुसऱ्या एका प्रश्नामध्ये प्रेषित महंमदाने इस्लामचा प्रसार कोणत्या मार्गाने केला, या प्रश्नाचे उत्तर म्हणून गाळलेल्या जागेत मुलांना 'रक्ताच्या नद्या' हे उत्तर लिहिण्यास सांगण्यात येते.

काही पुस्तिकांमध्ये राष्ट्रीय स्वयंसेवक संघ, त्याचे संस्थापक आणि अन्य नेत्यांविषयी एक विशेष विभाग आहे. एका पुस्तिकेमध्ये (क्र. ११) सामाजिक सुधारणा घडवणाऱ्या संघटनांमध्ये आर्य समाज, रामकृष्ण मिशन आणि अन्य संस्थांबरोबर राष्ट्रीय स्वयंसेवक संघाचाही उल्लेख करण्यात आला असून संघाला दैवी शक्ती असल्याचा दर्जा देण्यात आला आहे. त्यामध्ये म्हटले आहे:

> भगवान राम असो किंवा भगवान कृष्ण, काही दैवी शक्ती या नेहमी भारतीय संस्कृतीच्या महानतेचे रक्षण करण्यासाठी निर्माण झाल्या आहेत. राष्ट्रीय स्वयंसेवक संघ ही हिंदू संघटना सध्याची दयनीय अवस्था संपवण्यासाठी आणि भारतीय संस्कृतीच्या महानतेचे रक्षण करण्यासाठी उदयास आली आहे.

म्हणूनच एनसीईआरटीच्या अहवालामध्ये अशा प्रकारच्या अभ्यास साहित्यावर मत मांडताना म्हटले आहे,

> यांपैकी बहुतांश साहित्य हे युवा पिढीमध्ये संस्कृतीचे ज्ञान बिंबवण्याच्या नावाखाली धर्मांधता आणि धार्मिक कट्टरतावाद यांचा प्रसार करण्यासाठी रचण्यात आले आहे. *मान्यताप्राप्त* समजल्या जाणाऱ्या शाळांमध्ये हे साहित्य शिकवण्यासाठी आणि परीक्षांसाठी वापरले जात आहे, ही गंभीर चिंतेची बाब असली पाहिजे.

अशा प्रकारचा द्वेष आणि विष पसरवणाऱ्या राष्ट्रीय स्वयंसेवक संघ संस्थांचा वेगाने वाढत असलेला प्रभाव लक्षात घेता ही खचितच चिंतेची बाब आहे. पहिल्या सरस्वती शिशु मंदिराची स्थापना १९५२ साली उत्तर प्रदेशातील गोरखपूर येथे राष्ट्रीय स्वयंसेवक संघाचे तत्कालीन सरसंघचालक गोळवलकर

यांच्या उपस्थितीत झाली. राष्ट्रीय स्वयंसेवक संघाच्या शिक्षणक्षेत्रातील प्रयत्नांना एका छत्राखाली आणणारी विद्याभारती ही राष्ट्रीय स्वयंसेवक संघाची अखिल भारतीय संघटना १९७७ मध्ये स्थापन झाली, तोपर्यंत राष्ट्रीय स्वयंसेवक संघाच्या सुमारे ५०० शाळांमध्ये २०,००० विद्यार्थी शिक्षण घेत होते. १९९० च्या दशकाच्या सुरुवातीला उत्तर प्रदेश, मध्य प्रदेश, राजस्थान आणि हिमाचल प्रदेश आदी राज्यांमध्ये सत्तेवर आलेल्या भाजप सरकारने विद्याभारती शाळांच्या वाढीला प्रोत्साहन दिले आणि त्यांना स्वतःचा अभ्यासक्रम तयार करण्याची, तसेच प्राथमिक वर्गांसाठी स्वतःची परीक्षा घेण्याची आणि शिक्षक प्रशिक्षण योजना चालवण्याची परवानगीही दिली. १९९३–९४ पर्यंत विद्याभारतीकडून चालवल्या जाणाऱ्या एकूण शाळांची संख्या ६००० च्या घरात होती आणि त्यामध्ये ४०,००० शिक्षक आणि १२,००,००० विद्यार्थी असल्याचा दावा केला जात होते. केंद्रात १९९८ साली भाजप सरकार सत्तेमध्ये आल्यानंतर शाळांमधील राष्ट्रीय स्वयंसेवक संघाच्या प्रभावाने लक्षणीय झेप घेतली. १९९९ मध्ये विद्याभारतीच्या शाळांची संख्या १४,००० इतकी झाली आणि त्यामध्ये ८०,००० शिक्षक आणि १८,००,००० विद्यार्थी होते![५]

त्याहीपेक्षा आता राष्ट्रीय स्वयंसेवक संघ शाळांच्या पलीकडे जाण्यासाठी राजकीय सत्तेचा वापर करण्यात येऊ लागला. सप्टेंबर, १९९८ मध्ये कल्याण सिंह सरकारने सर्व सरकारी शाळांना राष्ट्रीय स्वयंसेवक *संघाच्या* शाखांशी जोडण्याचा प्रयत्न केला होता. राज्यातील सर्व प्राथमिक शाळांना 'नैतिक शिक्षा' म्हणजेच मूल्य शिक्षणाचे धडे देण्यासाठी राष्ट्रीय स्वयंसेवक संघ *प्रचारकांना* सहभागी करून घेणे बंधनकारक करण्यात आले होते.

गुजरात राज्यामध्ये (आणि केंद्रातही) भाजपचे सरकार असताना गोध्रानंतर झालेला मानवी संहार आणि शाळांमध्ये लहान संस्कारक्षम मनांमध्ये

<hr />

[५] पहा प्रलय कानुनगो, *आरएएस'स् ट्राइस्ट विथ पॉलिटिक्स फ्रॉम हेडगेवार टू सुदर्शन*, मनोहर, नवी दिल्ली, २००२, आणि देश राज गोयल, *राष्ट्रीय स्वयंसेवक संघ*, नवी दिल्ली, २०००.

पेरण्यात आलेले विष यांमधील परस्परसंबंधाकडे वारंवार निर्देश केला जातो. गुजरात राज्य अभ्यासक्रमाचे नववीचे समाजशास्त्राचे पाठ्यपुस्तक वाचणारे विद्यार्थी शिकतात:

> ...मुस्लिमांव्यतिरिक्त ख्रिश्चन, पारशी आणि *अन्य परदेशी* लोकांनाही अल्पसंख्याक समुदाय म्हणून ओळखले जाते. बऱ्याच राज्यांमध्ये हिंदू हे अल्पसंख्याक आहेत आणि मुस्लीम, ख्रिश्चन आणि शीख हे समुदाय या संबंधित राज्यांमध्ये बहुसंख्य आहेत.

गुजरात राज्य अभ्यासक्रमाच्या दहावीच्या समाजशास्त्राच्या पुस्तकामध्ये कट्टरवाद (फॅसिझम) आणि नाझीवादाची स्तुती करण्यात आली आहे. हिंदूंना त्यांच्या स्वतःच्या देशांमध्ये अल्पसंख्याक बनवणाऱ्या 'परदेशी' लोकांना कसे सामोरे जावे, हे या पुस्तकाद्वारे विद्यार्थी शिकतात.

> नाझीवादाची विचारधारा: फॅसिझमप्रमाणेच देश चालवण्यासाठी हिटलरने मांडलेली तत्त्वे किंवा विचारधारा ही 'नाझीवादाची विचारधारा' म्हणून ओळखली जाऊ लागली. सत्तेवर आल्यानंतर नाझी पक्षाने हुकूमशहाला अमर्याद, संपूर्ण, सर्वसमावेशक आणि सर्वोच्च अधिकार बहाल केले. हुकूमशहा हा 'फ्युरर' म्हणून ओळखला जाऊ लागला. 'केवळ जर्मन हेच शुद्ध आर्य असून अखिल जगतामध्ये केवळ तेच जगावर राज्य करण्यासाठी जन्माला आले आहेत', असे हिटलरने ठामपणे जाहीर केले. जर्मन लोकांकडून काटेकोरपणे नाझीवादाच्या तत्त्वांचे पालन केले जाईल, याची खात्री करण्यासाठी या तत्त्वांचा शैक्षणिक संस्थांच्या अभ्यासक्रमामध्ये समावेश करण्यात आला. पाठ्यपुस्तकांमध्ये म्हटले होते, 'हिटलर हा आमचा नेता आहे आणि आम्ही त्याच्यावर प्रेम करतो.'

> नाझीवादाची देशांतर्गत कामगिरी: *हिटलरने भक्कम प्रशासन व्यवस्था स्थापन करून* अल्पावधीतच *जर्मन सरकारला गौरव आणि प्रतिष्ठा प्राप्त करून दिली.* त्याने अधिक महान असे विस्तृत जर्मन राष्ट्र निर्माण केले. त्याने ज्यू लोकांना विरोध करण्याचे धोरण स्वीकारले आणि जर्मन वंशाच्या सर्वश्रेष्ठतेचा पुरस्कार केला. त्याने बेरोजगारीच्या समूळ उच्चाटनासाठी प्रयत्नांना सुरुवात केली. त्याने सार्वजनिक इमारती उभारण्यास, सिंचन सुविधा पुरवण्यास, रस्ते, लोहमार्ग बांधण्यास आणि युद्धसाहित्याच्या निर्मितीस सुरुवात केली. जर्मनीला एका दशकात स्वावलंबी बनवण्यासाठी त्याने अथक प्रयत्न केले. हिटलरने व्हर्सेलिसचा करार त्याला 'केवळ एक कागदाचा कपटा' असे संबोधून नाकारला आणि करिता युद्ध भरपाई देणे बंद केले. *त्याने सामान्य जनतेमध्ये साहसी वृत्ती निर्माण केली.*[६]

'आर्य' वंशाची शुद्धता आणि सर्वश्रेष्ठता कायम राखण्यासाठी लाखो ज्यूंच्या कत्तली करण्यात आल्या, याचा उल्लेखही या पुस्तकात करण्यात आलेला नाही. 'राष्ट्रवाद', कार्यक्षम प्रशासन, आर्थिक भरभराट या व इतर गोष्टींची पाठिंबादर्शक चर्चा करण्यात आली आहे. यामध्ये आणि गुजरातमधील मुस्लीम व ख्रिश्चन लोक जाळले जात असताना 'शायनिंग इंडिया'च्या केल्या जाणाऱ्या प्रचारामध्ये विलक्षण साम्य आहे.

संप्रदायवादी विचारसरणी ही इतिहासाच्या विशेषत्वाने विपर्यस्त आणि नेहमीच संपूर्णपणे खोट्या सादरीकरणावर अवलंबून असल्याकारणानेच संप्रदायवाद्यांनी त्यांचे लक्ष इतिहासावर केंद्रित केले आहे, हे लक्षात घेणे महत्त्वाचे आहे. उदाहरणार्थ, मुस्लिमांवर विश्वास ठेवला जाऊ शकत नाही, ते कधीही इतरांसोबत शांततेत राहू शकत नाहीत, ते असंस्कृत, अनैतिक आणि राष्ट्रीय स्वयंसेवक संघाचे संस्थापक हेडगेवार यांच्या शब्दांत 'फुत्कारणाऱ्या

---

[६] पहा *कम्युनॅलिझम कॉम्बॅट* या नियतकालिकातील 'डिमनायजिंग ख्रिश्चॅनिटी अँड इस्लाम' आणि 'ऑन फॅसिझम अँड नाझिझम', ऑक्टोबर १९९९, (लेखकाकडून भर), त्याचप्रमाणे पहा http://www.sabrang.com/cc/comold/oct99.

यवनी सापांसारखे' आहेत, यावर विश्वास ठेवायचा असेल, तर त्यांनी इतिहासकाळामध्ये अशा प्रकारचे वर्तन केल्याचे दाखवले पाहिजे. त्याचप्रमाणे, मुस्लीम आणि ख्रिश्चन हे परदेशी आहेत, हा युक्तिवाद मांडण्यासाठी, ज्यांना राष्ट्रीय स्वयंसेवक संघ खरे भारतीय मानते, ते 'आर्य' हे बाहेरून भारतात स्थलांतरित झाले नसून त्यांचे मूळ भारतातच आहे, (आणि ते हडप्पा संस्कृतीपेक्षाही जुने आहेत) असा युक्तिवाद मांडणे आवश्यक होते. यासाठी राष्ट्रीय स्वयंसेवक संघाचे दुसरे गुरू गोळवलकर यांना, आर्य हे जरी उत्तर ध्रुवावरून आले असतील, तरी उत्तर ध्रुव हा मुळात भारतात, आजच्या काळातील बिहार आणि ओडिसामध्ये होता आणि आर्य हे भारतातच राहिले असले, तरी उत्तर ध्रुव हा कालमानपरत्वे वर सरकत सध्याच्या ठिकाणी पोहोचला, असे सांगत इतिहास आणि भूगोलाची मोठ्या प्रमाणावर चिरफाडही करावी लागली होती! गोळवलकरांच्याच शब्दांत सांगायचे झाल्यास, '...वेदांमधील आर्क्टिक प्रदेश हा मूलतः हिंदुस्थानच होता आणि हिंदू हे त्या ठिकाणी स्थलांतरित झाले नसून आर्क्टिक हा मूळ स्थानापासून दूर गेला आणि हिंदू हे हिंदुस्थानातच राहिले.'[७]

राष्ट्रीय स्वयंसेवक संघ/हिंदू संप्रदायवादी शक्तींचा इतिहासाचा संप्रदायवादी अन्वयार्थ पसरवण्याचा प्रयत्न बऱ्याच वर्षांपासून सुरू असला, तरी भाजप केंद्रात सत्तेवर आल्यानंतर *सरकारी संस्था आणि सरकारी ताकद* ही शास्त्रशुद्ध आणि धर्मनिरपेक्ष इतिहास व इतिहासकारांवर हल्ला करण्यासाठी वापरण्याचा प्रयत्न करण्याचा आणि राष्ट्रीय पातळीवरील सरकार-प्रायोजित संस्थांच्या माध्यमातून प्रतिगामी, मागास विचारांच्या, संप्रदायवादी इतिहासलेखनाचा प्रसार करण्याचा नवा आणि अधिक धोकादायक प्रवाह रूढ झाला. यापूर्वी, १९७७ साली जन संघ हा जनता पक्षामध्ये विलीन झाला होता आणि जनता पक्ष सत्तेवर आला होता, त्यावेळी राष्ट्रीय स्वयंसेवक संघ केंद्रामध्ये सत्तेच्या जवळ येऊन

---

[७] एम. एस. गोळवलकर, *वी ऑर अवर नेशनहुड डिफाइन्ड*, भारत पब्लिकेशन, नागपूर, चौथी आवृत्ती, १९४७, पृष्ठ क्र. ११-१३, १९३९ मध्ये प्रथम प्रकाशित.

पोहोचला होता. त्या वेळी 'एनसीईआरटी'ने रोमिला थापर, आर. एस. शर्मा, सतीश चंद्र आणि बिपन चंद्र यांच्यासारख्या भारतातील काही दिग्गज इतिहासकारांना लेखनासाठी तयार करून प्रकाशित केलेल्या शालेय पाठ्यपुस्तकांवर *बंदी* घालण्याचा प्रयत्न झाला होता. एनसीईआरटीमधून, तसेच अन्य स्वायत्त संस्थांसह देशभरातून झालेल्या आंदोलनांनी हा प्रयत्न उधळून लावला आणि त्यामुळे तो त्या वेळी रद्द करावा लागला. त्यानंतर, संघ मंडळी ही १९९० च्या दशकाच्या अखेरीस केंद्रामध्ये सत्तेवर आली आणि यापूर्वीच्या अनुभवातून भाजपने चांगलाच धडा घेतला होता. एनसीईआरटी, विद्यापीठ अनुदान आयोग (यूजीसी), भारतीय समाजशास्त्र संशोधन परिषद (आयसीएसएसआर), भारतीय इतिहास संशोधन परिषद (आयसीएचआर) यांसारख्या स्वायत्त संस्थांकडून होणारा विरोध अपेक्षित धरून सरकारने प्रथम त्यांचे सहायक म्हणून काम करू इच्छिणाऱ्यांना या संस्थांचे संचालक, अध्यक्ष आणि परिषद सदस्य म्हणून नियुक्त करण्याची पुरेपूर काळजी घेतली.

हे साध्य झाल्यानंतर भाजप सरकारने तत्कालीन शिक्षणमंत्री मुरली मनोहर जोशी यांना राष्ट्रीय स्वयंसेवक संघाच्या शिक्षणविषयक वैचारिक योजनेची अंमलबजावणी करण्यासाठी संपूर्ण पाठिंबा दिला. आर्थिक, राजकीय आणि अगदी परराष्ट्र धोरण क्षेत्रांमध्ये संघ मंडळींच्या सूचनांबाबत जे घडले, त्याउलट वैचारिक क्षेत्रामध्ये संघ मंडळींना कोणताही अटकाव करण्यात आला नव्हता. संघाच्या कामगार संघटना किंवा शेतकरी आघाड्यांच्या मागण्यांना नेहमीच बाजूला सारले जायचे, आर्थिक सुधारणांबाबत स्वदेशी जागरण मंचाच्या हरकतींकडे मूलतः दुर्लक्ष केले जाऊ शकत होते, मात्र संप्रदायवादी विचारसरणी पसरवण्याच्या राष्ट्रीय स्वयंसेवक संघाच्या योजनेकडे नाही.

आता मुरली मनोहर जोशी यांच्या अध्यक्षतेखाली अनेक दशकांच्या मेहनतीने उभारण्यात आलेल्या शिक्षणव्यवस्थेचा पद्धतशीर विनाश केला जात होता. एनसीईआरटीच्या संचालकांनी २००० साली नवा राष्ट्रीय अभ्यासक्रम आराखडा (एनसीएफ) सादर केला. या आराखड्याकरिता

एकमत होण्यासाठी प्रयत्न करणे तर सोडाच, पण विस्तृतपणे सल्लामसलत करण्याचाही प्रयत्न झाला नव्हता. शिक्षण हा सामायिक अधिसूचीतील (केंद्र आणि राज्यांची भागीदारी समाविष्ट असलेला) विषय असूनही आणि स्वातंत्र्यकाळापासून शिक्षणक्षेत्रातील कोणताही महत्त्वाचा उपक्रम हा संसदेमध्ये, तसेच सर्व राज्ये आणि केंद्रशासित प्रदेशांचे शिक्षणमंत्री सदस्य असलेल्या केंद्रीय शिक्षण सल्लागार मंडळ (सीएबीई) या संस्थेमार्फत होणाऱ्या चर्चेद्वारे निश्चित केला जाण्याची परंपरा असतानाही, असे घडले होते. एनसीईआरटीने सीएबीईला कोणतीही माहिती न देता, म्हणजेच परंपरा आणि कार्यपद्धतीतील आवश्यकता या दोन्हींचे उल्लंघन करून व्यावसायिक शिक्षणतज्ज्ञांच्या मते हिंदू संप्रदायवादी योजनेची सुरुवात असलेला हा नवा अभ्यासक्रम निश्चित केला.

त्यापाठोपाठ एनसीईआरटीच्या इतिहासाच्या पुस्तकांमधून रोमिला थापर, आर. एस. शर्मा आणि सतीश चंद्र यांसारख्या देशातील नामवंत धर्मनिरपेक्ष इतिहासकारांनी लिहिलेले उतारे, लेखकांना कोणतीही पूर्वसूचना न देता, स्वामित्वहक्क कायद्यातील सर्व नियम-अटींचे उल्लंघन करून काढून टाकण्यात आले. वर उल्लेख केल्याप्रमाणे राष्ट्रीय एकात्मता परिषदेच्या शिफारशीवरून एनसीईआरटीने या जागतिक स्तरावर नावाजलेल्या लेखकांना लहान मुलांसाठी पाठ्यपुस्तके लिहिण्यास तयार केले होते, ज्यामुळे इतिहासाच्या पुस्तकांमध्ये अस्तित्वात असलेला वसाहतवादी आणि संप्रदायवादी पक्षपात दुरुस्त केला जाणार होता. धक्कादायक बाब म्हणजे हे उतारे काढून टाकण्याचा निर्णय हा व्यावसायिक इतिहासतज्ज्ञांच्या एखाद्या मान्यताप्राप्त समितीने घेतला नव्हता, तर राष्ट्रीय स्वयंसेवक संघाने घेतला होता. एनसीईआरटीला हे उतारे काढून टाकण्याचा आदेश मिळण्याच्या काही महिने आधी प्रकाशित झालेल्या अंकामध्ये राष्ट्रीय स्वयंसेवक संघाची मते मांडण्यात आली होती! किंबहुना, राष्ट्रीय स्वयंसेवक संघाचे शाळांचे जाळे चालवणाऱ्या विद्याभारती या संस्थेचे सरचिटणीस दीनानाथ बात्रा यांनी मुरली मनोहर जोशी हे खूप संथपणे निर्णय घेत

असल्याची तक्रार केली होती. विद्याभारतीने एकूण ४२ उतारे गाळण्याची सूचना केली होती, मात्र एनसीईआरटीने आतापर्यंत केवळ चारच उतारे वगळले होते (प्रत्यक्षात चार पुस्तकांमधून दहा उतारे वगळण्यात आले होते). राष्ट्रीय स्वयंसेवक संघाच्या दीनानाथ बात्रा यांनी संपादित केलेले *दि एनिमीज् ऑफ इंडियनायझेशन: दि चिल्ड्रन ऑफ मार्क्स, मेकॉले अँड मदरसा* या नावाचे पुस्तक १५ ऑगस्ट २००१ रोजी प्रकाशित झाले. शास्त्रशुद्ध, धर्मनिरपेक्ष इतिहास व इतिहासकारांवर हल्ला चढवणाऱ्या या पुस्तकामधील एका लेखात सध्याच्या एनसीईआरटी पुस्तकांमध्ये ४१ विपर्यासांची यादी देण्यात आली होती. जे. एस. राजपूत यांनी खंडामध्ये लेख लिहून आणखी काही विपर्यासांची यादी दिली. लक्षणीय बाब म्हणजे एनसीईआरटीच्या अधिसूचनेच्या आधारे केंद्रीय माध्यमिक शिक्षण मंडळाने (सीबीएसई) २३ ऑक्टोबर, २००१ रोजी एनसीईआरटीच्या पुस्तकांमधून विशिष्ट उतारे वगळण्याचे आदेश दिले. (नंतर अर्थातच नामवंत इतिहासतज्ज्ञ प्राध्यापक डी. एन. झा यांना इतिहास अभ्यासक्रम समितीच्या अध्यक्षपदावरून मानहानीकारक पद्धतीने हटवण्यात आले.)

विविध समुदायांच्या, विशेषतः अल्पसंख्याकांच्या धार्मिक भावनांचा आदर राखण्यासाठी हे उतारे वगळण्यात आल्याचा दावा सातत्याने केला गेला. तथापि, ही पुस्तके विविध समुदायांच्या धार्मिक भावनांचा अनादर करत असल्याचा आरोप करून लोकांच्या मनामध्ये गोंधळ निर्माण करणे आणि त्याद्वारे 'धर्मनिरपेक्ष इतिहासाची जागा संप्रदायवादी इतिहासाने घेण्याच्या' खऱ्या उद्देशापासून लोकांचे लक्ष विचलित करणे हा यामागील व्यापक हेतू होता. या संपूर्ण प्रकरणाचे सूत्रधार असलेल्यांना जर अल्पसंख्याकांच्या भावनांविषयी कोणतीही चिंता असती, तर या वगळण्याचे समर्थन करताना राष्ट्रीय स्वयंसेवक संघाच्या शिक्षण विभागाचे प्रमुख दीनानाथ बात्रा हे 'येशू ख्रिस्त हा मेरीचा *नाजायज* (अनौरस) पुत्र होता, मात्र युरोपमध्ये ते हे शिकवत नाहीत. त्याऐवजी ते तिला 'मदर मेरी' म्हणतात आणि ती कुमारिका होती असे सांगतात', असे म्हणाले असते का?८

---

८ पहा *आउटलूक*, १७ डिसेंबर २००१.

राष्ट्रीय स्वयंसेवक संघाचे कार्यकर्ते आणि समर्थकांकडे पाठ्यपुस्तके मंजुरीसाठी सुपूर्द करण्याबरोबरच एनसीईआरटीच्या संचालकांनी 'यापुढे संबंधित समुदायांच्या *भावना दुखावणे* टाळण्यासाठी कोणत्याही समुदायाचे संदर्भ पाठ्यपुस्तकामध्ये समाविष्ट करण्यापूर्वी त्या समुदायाच्या *धार्मिक तज्ज्ञांशी* सल्लामसलत केली जाईल', असा विचार मांडून आणखी एक तितकाच धोकादायक प्रवाह सुरू केला.[१] शिक्षणमंत्री मुरली मनोहर जोशी यांनीही 'धर्माशी संबंधित असलेले पाठ्यपुस्तकातील सर्व साहित्य हे पुस्तकात समाविष्ट केले जाण्यापूर्वी संबंधित धर्मांच्या प्रमुखांनी त्याला संमती दिली पाहिजे', असे सांगून या अत्यंत अपायकारक हालचालीचा दुजोरा दिला. सरकारने ज्याची सुरुवात केली होती, त्यानुसार पुस्तकात काय समाविष्ट व्हावे, यासंबंधीचा अशा प्रकारचा नकाराधिकार एकदा का धार्मिक नेते किंवा समुदायांच्या नेत्यांना देण्यात आला की केवळ इतिहासच नाही, तर नैसर्गिक शास्त्रांसह अन्य विद्याशाखांमध्येही शास्त्रशुद्ध संशोधन आणि अध्यापन अशक्य होऊन बसणार होते. अगोदरच भारतीय जातिव्यवस्थेचे दमनशाही स्वरूप दाखवणारा पाठ्यपुस्तकातील भाग हा त्यामुळे 'काही भावना दुखावल्या जातील' असा समज करून वगळण्यात आला होता. सती प्रथेबद्दल टीका केल्यामुळेही भारतात 'भावना' दुखावल्या गेल्या आहेत. याचा अर्थ या दुष्प्रथेबद्दलचे संदर्भ पाठ्यपुस्तकातून वगळावेत, असा होणार होता का? विज्ञानाच्या धड्यांमध्ये 'निष्कलंक गर्भधारणे'वर प्रश्नचिन्ह उपस्थित करण्यात आल्यामुळे किंवा त्यांनी बहुतांश धर्मांच्या श्रद्धांशी विसंगत असलेले मनुष्यप्राण्याच्या मुळाविषयीचे सिद्धांत मांडल्यामुळेही भावना दुखावल्या जाऊ शकत होत्या. मग विविध धार्मिक नेत्यांच्या आदेशांनुसार अशा धड्यांमध्येही बदल किंवा त्यांचे 'तालिबानीकरण' केले पाहिजे का? जर आधुनिक वैज्ञानिक प्रगती शिकवण्यामुळे एखाद्याच्या किंवा

---

[१] पहा *दि टाइम्स ऑफ इंडिया*, ५ ऑक्टोबर २००१ (लेखकाडून भर).

एखाद्या गटाच्या धार्मिक भावना दुखावत असतील, तर त्यावर सरसकट बंदी घालती पाहिजे का?

शिक्षणव्यवस्थेचे धार्मिकीकरण करण्याच्या या प्रयत्नांविरुद्ध धर्मनिरपेक्ष शक्तींकडून खूप आंदोलने झाली. इतिहासकार, धर्मनिरपेक्ष प्रसारमाध्यमे आणि भारतीय बुद्धिजीवी वर्गातील खूप मोठ्या गटाने त्यांचा विरोध स्पष्टपणे मांडला. 'दिल्ली हिस्टॉरियन्स ग्रुप' (शिक्षणाचे धार्मिकीकरण करण्याच्या सरकारच्या प्रयत्नांविरोधी लढा देण्यासाठी एकत्र आलेल्या दिल्लीतील व आसपासच्या भागातील विद्यापीठांमधील इतिहासतज्ज्ञांचा गट) या गटाने शिक्षणाचे धार्मिकीकरण करण्याच्या प्रयत्नांबाबत नामवंत इतिहासतज्ज्ञ, पत्रकार, तसेच नोबेल पुरस्कारविजेते अमर्त्य सेन, भारताचे माजी राष्ट्रपती के. आर. नारायणन यांच्यासारख्या प्रतिष्ठित नागरिकांचे दृष्टिकोन एकत्रितरीत्या मांडणारे पुस्तक प्रकाशित केले. या पुस्तकामध्ये इतिहासाच्या पाठ्यपुस्तकातून वगळण्यात आलेल्या भागांची यादीही देण्यात आली होती.[१०]

तथापि, या टप्प्यावर हिंदू संप्रदायवादी शक्तींकडून ज्या प्रकारचा अन्वयार्थ वा खोटारडेपणा पसरवण्यात येत होता, त्याच्याशी सहमत नसणाऱ्यांवर हल्ले चढवण्याच्या गंभीर प्रवाहाला सुरुवात झाली. त्यांना 'राष्ट्र-विरोधी' ठरवले गेले. एनसीईआरटीच्या पाठ्यपुस्तकांचा फेरआढावा घेण्यास विरोध करणाऱ्यांना *राष्ट्रीय स्वयंसेवक संघाचे* तत्कालीन *सरसंघचालक* के. एस. सुदर्शन यांनी 'हिंदू-विरोधी युरोपीय–भारतीय' असे संबोधले होते. हे 'हिंदू-विरोधी युरोपीय–भारतीय' 'वैदिक गणिताचा' तिरस्कार करतात आणि प्राचीन भारताला अणुऊर्जेविषयी माहिती होती, तसेच भारद्वाज ऋषी आणि भोज राजा यांनी केवळ 'विमानाच्या बांधणीचे वर्णनच' केले नव्हते, तर 'किती उंचीवर कोणत्या प्रकारची विमाने उडू शकतात, त्यांना कोणत्या प्रकारच्या

---

[१०] पहा मृदुला मुखर्जी आणि आदित्य मुखर्जी संपादित *कम्युनलायझेशन ऑफ एज्युकेशन: दि हिस्ट्री टेक्स्टबुक्स काँट्राव्हर्सी*. या पुस्तकाला 'दिल्ली हिस्टॉरियन्स ग्रुप'च्या लेखकांनी लिहिलेले प्रारंभ हे प्रकरण, दिल्ली, २००२.

अडचणी येऊ शकतात आणि त्या अडचणींवर मात कशी करावी' यांसारख्या तपशिलांचीही चर्चा केली होती, यावर विश्वास न ठेवण्यासारख्या विस्मयजनक गोष्टी करतात, अशी खंतही सुदर्शन यांनी व्यक्त केली होती.[११]

त्यांना केवळ हिंदू-विरोधी आणि राष्ट्रविरोधी म्हणणे पुरेसे नव्हते, म्हणून भारतीय राष्ट्रवादाच्या स्वयंघोषित संरक्षकांच्या गटाने रोमिला थापर, आर. एस. शर्मा आणि अर्जुन देव यांसारख्या इतिहासकारांना अटक झाली पाहिजे, अशी मागणी केली. ज्यांच्या निवासस्थानी हे गट जमले होते, त्या मनुष्यबळ विकास मंत्री मुरली मनोहर जोशी यांनी त्यांच्या पुस्तकातून भाग वगळण्याचे समर्थन केले आणि 'देशाच्या सांस्कृतिक स्वातंत्र्यासाठी युद्ध' लढण्याचे आवाहन केले.[१२] मंत्रीमहोदय त्याच्याही एक पाऊल पुढे गेले आणि 'या अभ्यासकांनी लिहिलेला इतिहास म्हणजे *डाव्यांकडून मोकळा सोडण्यात आलेला बौद्धिक दहशतवाद असून तो सीमेपलीकडील दहशतवादापेक्षा अधिक धोकादायक आहे*', असे सांगत त्यांनी आपल्या विरोधात उभ्या राहणाऱ्या बुद्धिजीवी वर्गावर दबाव आणण्याच्या किंवा त्यांच्यामध्ये दहशत निर्माण करण्याच्या कट्टरवादी प्रवृत्तीमध्ये आणखी तेल ओतले.[१३] दोन्ही प्रकारच्या दहशतवादाचा परिणामकारकरीत्या सामना करा, असे त्यांनी भाजपच्या सैनिकांना बजावून सांगितले. *सीमेपलीकडील दहशतवाद्यांकडून* संसदेवर झालेल्या हल्ल्यामुळे संपूर्ण देश त्रासला असतानाच्या काळात जोशींनी या नामवंत इतिहासकारांविरोधात हे आरोप करण्याच्या गंभीर परिणामांचीही नोंद घेतली पाहिजे.

सरकार प्रयत्न करत होते, त्याप्रमाणे सुसंस्कृत नागरी समाज हा भावना दुखावतील किंवा मुलांचा गोंधळ होईल किंवा देशातील मुलांमधील राष्ट्रभक्तींची भावना कमी होईल, इत्यादी आधारांवर आपल्या भूतकाळातील

---

[११] पहा, राष्ट्रीय स्वयंसेवक संघाचे मुखपत्र *ऑर्गनायझर*, ४ नोव्हेंबर २००१.

[१२] *हिंदुस्तान टाइम्स*, ८ डिसेंबर २००१.

[१३] *इंडियन एक्सप्रेस*, २० डिसेंबर २००१.

अप्रिय पैलू शिकवण्यास बंदी घालू शकत नाही. त्याचप्रमाणे, आपल्या भूतकाळाचे महात्म्य दर्शवण्यासाठी खोट्या कल्पनांचा आश्रय घेऊन आपण जगासमोर हास्यापदही ठरू शकत नाही. अमेरिकेने त्यांच्या पाठ्यपुस्तकातून गुलामगिरीचा उल्लेख किंवा युरोपने सैतानप्रवृत्तीला संपवण्यासाठी केल्या गेलेल्या हत्यांचा काळ (विच-हंटिंग) आणि हिटलरकडून ज्यूंचे झालेले हत्याकांड काढून टाकले पाहिजे का? आपण सुसंस्कृत देशांसोबत ताठ मानेने उभे राहिले पाहिजे. इतिहास आणि इतिहासकारांना दडपणाऱ्या तालिबानसोबत आपण सहभागी होता कामा नये.

देशभक्ती बिंबवण्याच्या आणि भारताचे महात्म्य दर्शवण्याच्या नावाखाली भारतीय इतिहासाचा विपर्यास करण्याच्या आणि त्याला संकुचित सांप्रदायिक रंग चढवण्याच्या संप्रदायवादी प्रयत्नांचा परिणाम प्रत्यक्षात देशभक्ती आणि महात्म्य बिंबवण्याच्या अगदी उलट होतो. किंबहुना, जगातील कोणत्याही समाजाला सार्थ अभिमान वाटू शकेल, अशा भारताच्या भूतकाळाचे खऱ्या अर्थाने उल्लेखनीय पैलू त्यांमुळे अस्पष्ट होतात. उदाहरणार्थ, 'भारताची सातत्यपूर्ण सुधारणावादी विचारसरणी' आणि त्याची 'बहुधार्मिक आणि बहुसांस्कृतिक सहअस्तित्वाची प्रवृत्ती' (हे पैलू संप्रदायवाद्यांकडून जोरदारपणे नाकारण्यात येतात) याचे भारतातील विज्ञान व गणिताच्या प्रगतीवर महत्त्वपूर्ण परिणाम झालेले आहेत, असा युक्तिवाद अमर्त्य सेन मांडतात. विज्ञान आणि इतिहास हे सुधारणावादी विचारसरणीशी पूर्णतः जोडलेले आहेत, हा मुद्दा मांडताना सेन पुढे म्हणतातः

> गुप्त कालखंडामध्ये (विशेषतः आर्यभट्ट आणि वराहमिहीरपासून सुरू झालेल्या) आणि त्याच्या आसपासच्या काळात भरभराटीस आलेल्या भारतीय विज्ञान आणि गणिताची पाळेमुळे ही या योगदानांच्या अगोदरपासून अस्तित्वात असलेल्या सुधारणावादी विचारसरणीच्या सातत्यपूर्ण अभिव्यक्तीशी बौद्धिकदृष्ट्या जोडली जाऊ शकतात. किंबहुना, अन्य कोणत्याही प्राचीन भाषांपेक्षा संस्कृत आणि पाली भाषांमध्ये निरीश्वरवाद,

> आज्ञेयवाद आणि धर्मशास्त्रीय साशंकतावादाची पाठराखण करणारे विपुल साहित्य अस्तित्वात आहे.[१४]

त्यांनी पुढे असेही म्हटले आहे की 'खूप त्रोटक पुराव्यांच्या' आधारे 'वैदिक गणित' आणि 'वैदिक विज्ञानाची बाजू घेण्याऐवजी...

> गुप्तपूर्व काळात भारतात सापडणारी साशंकतावादाची परंपरा ही गुप्त काळातील वैज्ञानिक प्रगतीची पूर्वपीठिका म्हणून अधिक दखलपात्र आहे. विशेषतः धर्म आणि ज्ञानमीमांसात्मक सनातनीपणा या विषयांमध्ये आढळणारी ही परंपरा किमान ईसवीसन पूर्व सहाव्या शतकापर्यंत तरी मागे जाते.

धर्म आणि ज्ञानमीमांसात्मक सनातनीपणाबाबतच्या साशंकतावादाची ही परंपरा महात्मा गांधींनीही सुरू ठेवली होती. उदाहरणार्थ, 'सनातनीपणाची पाठराखण करण्यासाठी मनुस्मृती आणि त्यांसारख्या अन्य ग्रंथांमधील मंत्र उद्धृत करणे हे चांगले नाही. या ग्रंथांमधील अनेक मंत्रांची अभिजातता प्रश्नार्थक असून अनेक मंत्र हे अर्थहीन आहेत', असा युक्तिवाद गांधींनी मांडला होता.[१५] पुन्हा, 'मी गीतेसह प्रत्येक ग्रंथाविषयी माझा स्वतःचा निवाडा करतो. मी कोणत्याही ग्रंथातील मजकुराला माझ्या कारणमीमांसेच्या वरचढ होऊ देऊ शकत नाही', असेही ते म्हणाले होते.[१६]

---

[१४] 'हिस्ट्री अँड दि एंटरप्राइझ ऑफ नॉलेज', अमर्त्य सेन यांनी जानेवारी २००१ मध्ये इंडियन हिस्ट्री काँग्रेसमध्ये केलेले भाषण, कलकत्ता. त्याचप्रमाणे भारतीय इतिहासाच्या संप्रदायवादी अन्वयार्थावर केलेल्या उत्कृष्ट टिकेसाठी पहा अमर्त्य सेन, *दि आर्ग्युमेंटेटिव्ह इंडियन: रायटिंग्ज ऑन इंडियन हिस्ट्री, कल्चर अँड आयडेंटिटी*, ॲलेन लेन, पेंग्विन, लंडन, २००५.

[१५] राजमोहन गांधी, *दि गुड बोटमन: ए पोर्ट्रेट ऑफ गांधी*, वायकिंग, नवी दिल्ली, १९९५, पृष्ठ क्र. २३७.

[१६] *हरिजन* १९३६, चंद्र यांच्या 'गांधीजी, सेक्युलेरिझम अँड कम्युनॅलिझम' या पुस्तकातून उद्धृत.

(आता कोणताही भावना दुखावलेला गट 'मॅकोली, मार्क्स आणि मदरसा'चे आणखी एक सुपुत्र असणाऱ्या अमर्त्य सेन यांच्या अटकेची मागणी करणार नाही, अशी आशा करू या. ज्याप्रमाणे, 'महान हिंदू' असणाऱ्या गांधीजींना गप्प करण्याची आवश्यकता भासली होती, त्याचप्रमाणे मुरली मनोहर जोशी हे तालिबान्यांच्या थाटात त्यांच्या सैन्याला सेन यांनी मोकळा सोडलेला 'बौद्धिक दहशतवाद' नामशेष करण्याची सूचना करणार नाहीत, अशीही आशा करू.)

देशभरातून, विशेषतः शिक्षणतज्ज्ञ (यांच्यामध्ये सर्वदूर प्रतिष्ठित आणि ६० वर्षांहून अधिक जुन्या असलेल्या इंडियन हिस्ट्री काँग्रेस या व्यावसायिक इतिहासकारांच्या राष्ट्रीय संघटनेचाही समावेश होता) आणि प्रसारमाध्यमांकडून विरोध होऊनही, *हिंदुस्तान टाइम्सचे* संपादक वीर संघवी यांच्या भाषेत 'शिक्षणाच्या तालिबानीकरणाची' ही प्रक्रिया सुरू राहिली.[१७] पुन्हा एकदा योग्य कार्यपद्धतींचा अवलंब न करता 'एनसीएफ २०००' वर बेतलेला नवा अभ्यासक्रम स्वीकारण्यात आला. नव्या अभ्यासक्रमावर सर्व स्तरांमधून टीका झाली. दिल्ली हिस्टॉरियन्स ग्रुपने ३ मार्च २००२ रोजी नवी दिल्लीतील जवाहरलाल नेहरू विद्यापीठामध्ये नामांकित समाजशास्त्रज्ञांची कार्यशाळा आयोजित करून नव्या अभ्यासक्रम आराखड्यावर आधारलेल्या एनसीईआरटीच्या अभ्यासक्रमाविषयी टीकात्मक निबंध सादर केला.

या प्रक्रियेची परिणती, नामवंत अभ्यासकांनी लिहिलेली एनसीईआरटीची सध्याची इतिहास पुस्तके (ज्यामधून यापूर्वी काही भाग वगळण्यात आला होता) पूर्णपणे रद्द करण्यात आणि त्यांची जागा संघ विचारधारेशी असलेली जवळीक हीच प्रमुख पात्रता असणाऱ्या आणि त्यांच्या अभ्यासक्षेत्रातील कोणतेही मान्यताप्राप्त प्राावीण्य नसलेल्या लोकांनी लिहिलेल्या पुस्तकांनी घेण्यात झाली. दि इंडियन हिस्ट्री काँग्रेसने *हिस्ट्री इन दि न्यू एनसीईआरटी*

---

[१७] *हिंदुस्तान टाइम्स*, २५ नोव्हेंबर २००१.

टेक्स्ट बुक्सः ए रिपोर्ट अँड अॅन इंडेक्स ऑफ एरर्स या नावाचा अंक प्रकाशित करून आपल्या मुलांसमोर कोणते विष वाढून ठेवलेले आहे, याबाबत सावध केले.[१८] या खंडांतील १३० पानांमध्ये केवळ या पुस्तकांमध्ये केलेल्या मोठ्या चुका आणि विपर्यासांची यादी देण्यात आली होती.

नव्या पुस्तकांमध्ये असलेल्या विशिष्ट विपर्यासांची यादी याठिकाणी जागेअभावी देणे शक्य नसले, तरी एनसीईआरटीने २००२ साली प्रकाशित केलेल्या पुस्तकांपैकी चार नव्या पुस्तकांची छाननी हिस्ट्री कॉंग्रेसने केली होती. या पुस्तकांमध्ये काय चुकले आहे, याविषयी हिस्ट्री कॉंग्रेसच्या प्रकाशनामध्ये देण्यात आलेल्या सारांशाचा काही भाग येथे पुनरुद्धृत करणे उपयुक्त ठरू शकेल. यांमध्ये इयत्ता सहावीसाठी मखखन लाल आणि इतर यांनी लिहिलेले *इंडिया अँड दि वर्ल्ड*, इयत्ता अकरावीसाठी मखखन लाल यांनी लिहिलेले *एन्शन्ट इंडिया*, इयत्ता अकरावीसाठी मीनाक्षी जैन यांनी लिहिलेले *मिडिव्हल इंडिया* आणि इयत्ता नववीसाठी हरी ओम आणि इतर यांनी लिहिलेले *कंटेंपररी इंडिया* या चार पुस्तकांचा समावेश होता.

> बऱ्याचदा चुका या वरकरणी केवळ दुर्लक्षामुळे झालेल्या असतात, मात्र अनेकदा इतिहासाला अत्यंत कडव्या अंधराष्ट्रवादी आणि संप्रदायवादी पक्षपातासह सादर करण्याच्या अस्वस्थतेतूनही चुकांचा जन्म होतो. तथाकथित संघपरिवाराच्या प्रकाशनांमध्ये मागील काही काळापासून ज्या प्रकारचा प्रचार केला जात आहे, त्यावर ही पाठ्यपुस्तके मोठ्या प्रमाणावर बेतली आहेत. नव्या एनसीईआरटी पुस्तकांमध्ये दिलेल्या भारतीय इतिहासाच्या सादरीकरणातील महत्त्वाची वैशिष्ट्ये खालीलप्रमाणे सारांशरूपात मांडता येतील:

---

[१८] इरफान हबीब, सुविरा जैस्वाल आणि आदित्य मुखर्जी, *हिस्ट्री इन दि न्यू एनसीईआरटी टेक्स्टबुक्सः ए रिपोर्ट अँड अॅन इंडेक्स ऑफ एरर्स*, इंडियन हिस्ट्री कॉंग्रेस, कोलकाता, २००३.

१. भारताला आर्यांचे मूळ निवासस्थान ठरवण्यात आले आहे. द्रविडियन किंवा ऑस्ट्रो-एशियाटिक भाषा बोलणाऱ्या लोकांच्या पाळामुळांविषयी कोणतीही फिकीर दर्शवण्यात आलेली नाही.

२. वैदिक संस्कृती ही भारतीय संस्कृतीचे एकमेव उगमस्थान असल्याचे मानण्यात आले असून तिला इतिहासकारांनी आजवर देऊ केली होती, त्यापेक्षा खूप अधिक प्राचीनता देण्यात आली आहे. वैदिक संस्कृतीने सिंधू संस्कृतीला आपल्यात सामावून घेतल्याचा दावा करण्यात आला असून त्याला आता 'सिंधू सरस्वती संस्कृती' असे संबोधण्यात येणार आहे. त्यायोगे या संस्कृतीचे संपूर्ण श्रेय आर्यांना देण्यात आले आहे.

३. सर्व महत्त्वाचे वैज्ञानिक शोध (शून्य अंकापासून ते दशांश संख्यापद्धतीपर्यंत आणि सौरकेंद्री ग्रहमालेच्या अवकाशशास्त्रापर्यंत) हे 'वैदिक संस्कृती'मध्ये लावण्यात आल्याचे मानले गेले आहे.

४. हिंदू धर्म हा अन्य धर्मांपेक्षा सरस ठरवण्यात आला आहे. *उपनिषदे* ही 'कोणत्याही धर्मातील सर्वांत सखोल तत्त्वज्ञानाचे साहित्य' असल्याचे जाहीर करण्यात आले आहे. यातूनच बौद्ध आणि जैन हे दोन्ही धर्म उदयास आल्याचे म्हटले आहे. ख्रिश्चनांप्रमाणे हिंदूंना कालगणनाशास्त्राच्या मर्यादांची जाणीव नव्हती. त्याहीपेक्षा हिंदू हे त्यांच्या धर्मापासूनच खरे राष्ट्रभक्त होते. आधुनिक स्वातंत्र्यलढ्यामध्येसुद्धा त्यांना एकट्यांनाच प्रामाणिक ठरवण्यात आले आहे, तर मुस्लीम हे केवळ मुस्लीम साम्राज्याचे किंवा वेगळ्या राष्ट्राचे स्वप्न पाहत होते, असे म्हटले आहे. मध्ययुगीन मुस्लीम आणि आधुनिक काळातील ख्रिश्चन या दोघांवरही वंशवादाचा सखोल प्रभाव असल्याचे म्हटले आहे.

५. जातिव्यवस्था ही सुरुवातीला सर्वथा योग्य होती; केवळ नंतरच्या टप्प्यात त्यामध्ये आलेल्या 'साचेबंदपणा'ला (अन्याय किंवा दलितांवरील अत्याचारांना नव्हे) अगदी हलकासा स्पर्श करण्यात आला आहे. परिणामतः दलितांना इतिहासातून वगळण्यात आले आहे.

६. प्राचीन आणि मध्ययुगीन भारतातील *सती* किंवा *जोहार* यांसारख्या प्रथांबाबत तटस्थ किंवा अगदी प्रशंसनीय भूमिका कायम राखण्यात आली आहे. स्त्रियांना पळवून नेण्याचे वर्णन 'विवाहाचा योग्य प्रकार' असे करण्यात आले असून महिलांना आदरस्थान देण्याशी हे उघडपणे विसंगत नाही, असे म्हटले आहे.

७. परदेशी लोकांनी भारतीयांना अगदी थोड्या गोष्टी शिकवल्या किंवा काहीच शिकवल्या नाहीत, त्याच वेळी भारतीयांनी मात्र सांस्कृतिक क्षेत्रांमध्ये जगाला भरभरून दिले.

८. मुस्लिमांनी अत्याचार आणि मंदिरांच्या विध्वंसाचा अपवाद वगळता भारतात खूप कमी नवीन गोष्टी आणल्या. मध्ययुगीन भारताच्या कथेमधील सर्व अंधारे कोपरे हे संपूर्णपणे मुस्लिमांमुळे असल्याचे दाखवण्यात आले असून प्राचीन भारतातील मुस्लिमांकडे थंडपणे डोळेझाक करण्यात आली आहे.

९. संमिश्र संस्कृतीच्या उदयाकडे दुर्लक्ष करण्यात आले आहे किंवा तिला महत्त्व देण्यात आलेले नाही. मध्ययुगीन भारताच्या पाठ्यपुस्तकामध्ये कबीरांविषयी मोठ्या जिकिरीने एक वाक्य आहे (दुसरीकडे गुरू गोविंद सिंग हे 'देवी चंडीचे भक्त' म्हणून समोर येतात).

१०. आधुनिक भारताच्या इतिहासामध्ये 'मुस्लीम फुटिरतावादाचा' मोठा बाऊ करण्यात आला असून हिंदू संप्रदायवादाचा साधा

उल्लेखही करण्यात आलेला नाही आणि हिंदू महासभेचे नेते हे एकसारखे महान देशभक्त म्हणून समोर येतात.

११. लोकशाही, लिंगसमानता, धर्मनिरपेक्षता, कल्याणकारी राष्ट्र इत्यादी महान आधुनिक तत्त्वांच्या वाढीकडे दुर्लक्ष करण्यात आले आहे किंवा त्यांच्याविषयी मौन बाळगण्यात आले आहे.

१२. पारंपरिक हिंदू समाजाला कोणत्याही सुधारणेची गरज नसल्याचा विचार करण्यात आल्यामुळे राजा राममोहन रॉय, केशवचंद्र सेन, जोतिबा फुले आणि अगदी बी. आर. आंबेडकरांसारख्या भारतीय समाज सुधारकांविषयी अगदी त्रोटक माहिती आहे किंवा काहीच माहिती नाही.

१३. राष्ट्रीय चळवळीतील मुख्य धर्मनिरपेक्ष आणि लोकशाहीवादी घटकांना बिनमहत्त्वाचे किंवा केवळ (हिंदू) 'सांस्कृतिक राष्ट्रवादाच्या' वाढीतील अडथळे म्हणून सादर करण्यात आले आहे. नेमस्तांविषयी कठोर शब्दांचा वापर करण्यात आला आहे. जवाहरलाल नेहरूंकडे, तसेच डाव्यांकडे आणि विशेषतः कम्युनिस्टांकडे एकतर दुर्लक्ष करण्यात आले आहे किंवा त्यांना अयोग्य पद्धतीने सादर करण्यात आले आहे.

अशा प्रकारचा स्थानाभिनिवेश आणि पूर्वग्रह हा या पाठ्यपुस्तकांमागील चालना देणारा घटक असल्यामुळे आमच्या सूचीत नमूद करण्यात आलेल्या केवळ भाषाविषयक आणि तथ्यविषयक चुका काढून टाकल्याने ही पाठ्यपुस्तके स्वीकारार्ह बनू शकणार नाहीत. अनेक प्रकरणांमध्ये पाठ्यपुस्तकातील मूलभूत विधान हेच वस्तुस्थितीतील चुकांच्या आधारावर बांधण्यात आले आहे आणि या चुका पाठ्यपुस्तकामागील प्रमुख संकल्पना बदलल्याशिवाय दूर करता येऊ शकत नाहीत.

म्हणूनच अशा पुस्तकांपासून होणारे नुकसान थांबवण्याजोगे नाही आणि ती संपूर्णपणे मागे घेणेच गरजेचे आहे.

ही पुस्तके अशा प्रकारे मागे घेण्यात येत नाहीत, तोपर्यंत आमची सूची विद्यार्थी आणि शिक्षकांना अधिक गंभीर चुका दुरुस्त करण्यासाठी आणि त्याद्वारे आपल्या भूतकाळाचा अधिक समतोल दृष्टिकोन मिळवण्यासाठी मदत करेल, अशी आम्ही आशा करतो.

(हा अहवाल आणि चुकांच्या सूचीला इंडियन हिस्ट्री काँग्रेसच्या संपूर्ण कार्यकारी समितीने एकमुखाने मान्यता दिली, हेसुद्धा येथे नमूद करता येईल.)

एनसीईआरटीची ही पुस्तके व राष्ट्रीय स्वयंसेवक संघ शिशु मंदिर आणि विद्याभारतीने तयार केलेल्या पुस्तकांमधील विपर्यास आणि गोळवलकर, हेडगेवार आणि सावरकर या राष्ट्रीय स्वयंसेवक संघ/हिंदू संप्रदायवादी विचारवंतांच्या संकल्पना यांमध्ये विलक्षण साम्य आहे. अल्पसंख्याक, विशेषतः मुस्लिमांप्रति अविश्वास, आर्यांची पाळेमुळे भारतातच होती, भारतात बाकी कशाचाही आधीपासून वैदिक संस्कृती अस्तित्वात होती आणि ती अन्य संस्कृतींपेक्षा आणि काही वेळा त्यांच्या निर्मात्यांपेक्षा श्रेष्ठ होती इत्यादी इत्यादी विधानांचा आग्रह हा या पूर्ण काळामध्ये सातत्याने मुख्य विषय राहिला आहे.

प्रत्यक्षात भारतीय राष्ट्रीय चळवळींमध्ये केवळ नगण्यच नाही, तर नकारात्मक भूमिका बजावणाऱ्या राष्ट्रीय स्वयंसेवक संघ/हिंदू संप्रदायवादी शक्तींच्या राष्ट्रवादी ठरण्याच्या प्रयत्नातून कशा प्रकारे राष्ट्रीय चळवळीच्या इतिहासाचा विपर्यास करण्यात आला, हे पाहणे आजच्या संदर्भात विशेष स्वारस्याचे आहे. हिंदू संप्रदायवादी हे ब्रिटिश वसाहतवादाविरुद्ध नाही, तर मुस्लिमांविरुद्ध लढले होते, त्यामुळे भारतीय राष्ट्रवादाची व्याख्याच 'मुस्लिमांविरुद्धचे धर्मयुद्ध' अशी करण्याचा प्रयत्न होतो आहे. प्रत्यक्षात भारतीय राष्ट्रीय चळवळ हे ब्रिटिशांविरुद्धचे धार्मिक किंवा वंशवादी युद्ध नव्हते, तर वसाहतवादाच्या राजकीय अर्थव्यवस्थेविरुद्धचा तो धर्मनिरपेक्ष

लढा होता. या लढ्याला 'सांस्कृतिक राष्ट्रवाद' असे संबोधण्यात येत असून त्याद्वारे 'हिंदू राष्ट्रवाद' असा अर्थ हिंदू संप्रदायवाद्यांना अभिप्रेत आहे.

या पुस्तकाच्या पुढील भागात दर्शवण्यात आल्याप्रमाणे भारतीय राष्ट्रीय चळवळीतील सर्वांत आघाडीचे नेते महात्मा गांधी, जे कोणाहीविरुद्ध धर्मयुद्ध लढले नाहीत, तर ब्रिटिश वसाहतीच्या वर्चस्वाविरुद्ध ज्यांनी हिंदू आणि मुस्लीम यांच्या सामायिक संघर्षाचा लढा दिला, त्यांना राष्ट्रीय स्वयंसेवक संघ/हिंदू संप्रदायवाद्यांकडून सरसकट राक्षसी रूप देण्यात येते. याच विचाराने एनसीईआरटीच्या पाठ्यपुस्तकांमध्ये महात्मांच्या भूमिकेचे एकंदरच महत्त्व कमी करण्याचे आणि विसाव्या शतकात बहुधा पृथ्वीवर होऊन गेलेल्या सर्वांत महान व्यक्तीला नष्ट करण्यात हिंदू संप्रदायवादी शक्तींचा हात असल्याकडे संपूर्णपणे दुर्लक्ष करण्याचे रूप धारण केले आहे. हरी ओम यांच्या इयत्ता दहावीसाठी असलेल्या *कंटेंपररी इंडिया* या विसाव्या शतकातील घडामोडींशी संबंधित पुस्तकाच्या पहिल्या आवृत्तीमध्ये गांधीजींच्या हत्येचा उल्लेखही करण्यात आला नव्हता! या प्रश्नावर राष्ट्रीय स्तरावर संताप व्यक्त करण्यात आल्यानंतर पुनर्मुद्रित आवृत्ती प्रकाशित करण्यात आली आणि त्यामध्ये केवळ खालील वाक्यांचा समावेश होता:

गांधीजी ३० जानेवारी १९४८ रोजी दिल्ली येथे आपल्या प्रार्थनासभेच्या दिशेने जात असताना नथुराम गोडसेने त्यांची हत्या केल्यामुळे, समाजात शांतता व सुव्यवस्था प्रस्थापित करण्याचे गांधीजींचे प्रयत्न अचानक व दुःखदपणे संपुष्टात आले (पृष्ठ क्र. ५७).

तरीही, गोडसे हा कोण होता याचा, तसेच राष्ट्रीय स्वयंसेवक संघ व हिंदू महासभेशी, विशेषतः महासभेचे नेते सावरकर यांच्याशी असलेल्या त्याच्या जवळच्या संबंधांचा कोणताही उल्लेख करण्यात आला नव्हता. पुढील भागामध्ये आम्ही नमूद केल्याप्रमाणे, तत्कालीन गृहमंत्री सरदार पटेल यांनी

थेट सावरकरांच्या हाताखाली असलेल्या हिंदू महासभेच्या कट्टर गटाने हा कट रचला असून तो पूर्णत्वास नेला आहे, असा स्पष्ट निष्कर्ष काढला असूनही, असे करण्यात आले होते.

सहाजिकच, राष्ट्रीय स्वयंसेवक संघ आणि हिंदू संप्रदायवाद्यांकडे लपवण्यासारखे खूप काही होते, जे त्यांनी लपवले आणि आजही ते भ्याड पद्धतीने लपवण्याचा प्रयत्न करत आहेत. 'चाणाक्ष रणनीती' म्हणून त्यांनी या भ्याड पद्धतीचे समर्थन करण्याचा प्रयत्न केला आहे. पुढील भागामध्ये गांधीजीच्या हत्येचा संपूर्ण मुद्दा आणि ती हत्या घडवून आणण्यामध्ये संघ व त्याच्याशी संलग्न संस्थांची असलेली भूमिका याविषयी चर्चा करण्यात येईल.

भाग २

गांधीजींच्या हत्येची दीर्घ पडछाया

३० जानेवारी, १९४८ रोजी गांधीजींची झालेली हत्या; हा भाजप सरकारने २००२ मध्ये एका रात्रीत तयार करून अयोग्य घिसाडघाईने; अजाण आणि संस्कारक्षम लहान मनांवर लादलेल्या एनसीईआरटीच्या कुप्रसिद्ध पुस्तकामधून वगळण्यात आलेला सर्वाधिक डोळ्यांत भरणारा भाग होता. जेव्हा हा भाग वगळल्याचे लक्षात आणून देण्यात आले, तेव्हा केवळ आवश्यक माहिती नमूद करणाऱ्या एका वाक्याची भर त्यामध्ये घालण्यात आली. त्या गुन्ह्याचा अघोरीपणा, नव्याने स्वतंत्र झालेले धर्मनिरपेक्ष राज्य तग धरण्यासाठी धडपडत असतानाच्या टप्प्यावर घडलेल्या या गुन्ह्याचे आत्यंतिक महत्त्व, आपल्या धर्मनिरपेक्ष राजनीतीवरील त्याचे दीर्घकालीन परिणाम आणि फाळणीच्या आपल्या राजकारणावर झालेल्या परिणामांच्या संदर्भात या हत्येचे असलेले मूल्य, याविषयी पुस्तकात काहीही नव्हते. नेहरूंनी जोर दिल्याप्रमाणे संप्रदायवादाने आपल्या राजकारणाला दोन जबरदस्त धक्के दिले. फाळणी आणि गांधीजींची हत्या यामधला हा एकच दुवा होता.

संप्रदायवादाने या देशाची फाळणी करून लोकांच्या मनावर असे खोल घाव घातले, जे कधी भरून आलेच तर त्यासाठी खूप वेळ जावा लागेल. इतकेच नाही, तर संप्रदायवादामुळेच राष्ट्रपित्याची, महात्मा गांधीची हत्याही झाली.[१]

---

१ कोईमतूर, जाहीर भाषण, ३ जून, १९४८, एस. गोपाळ यांच्या *सिलेक्टेड वर्क्स ऑफ जवाहरलाल नेहरू* (जेएनएसडब्ल्यू) या पुस्तकात समाविष्ट, द्वितीय मालिका, खंड ४, जवाहरलाल नेहरू मेमोरियल फंड (जेएनएमएफ), नवी दिल्ली, १९८६, पृष्ठ क्र. २५.

गांधीजींचे जीवन असे निर्णायकपणे वेळेआधीच संपवण्यात आले नसते, तर भारताचे राजकारण कोणत्या दिशेला गेले असते, याचा केवळ तर्कच आपण करू शकतो. गांधीजींच्या जीवनातील आणि नेहरूंच्या भाषेत सांगायचे झाल्यास 'नवजात बालक'[२] असलेल्या देशाच्याही आयुष्यातील बहुधा सर्वांत महत्त्वाच्या टप्प्यावर ही घटना घडल्याने परिस्थिती अधिकच गुंतागुंतीची झाली.

गांधीजींच्या असण्याने हिंदू आणि मुस्लिमांमध्ये अधिक एकता नांदली असती का, भारत आणि पाकिस्तानमधील संबंध चांगले राहिले असते का, राजकारणाचे विकेंद्रीकरण होऊन लोकशाही तळागाळापर्यंत रुजली असती का? माउंटबॅटन यांनी गांधीजींना 'खिंड लढवणारा एकांडा शिलेदार' या शब्दांत वाहिलेली श्रद्धांजली त्यांचे योगदान सांगून जाते. नेहरूंनीही याच अर्थाची श्रद्धांजली वाहताना त्यांना 'निश्चयाचा महामेरू आणि सत्याचे दीपगृह' म्हटले आहे.

> या महिन्यांमध्ये महात्मा गांधींचे असणे, भारतासाठी किती महत्त्वाचे आहे, याची जाणीव तुमच्यापैकी किती जणांना आहे? मागील अर्धशतकाहून अधिक काळ त्यांनी भारतासाठी आणि स्वातंत्र्य चळवळीसाठी केलेल्या उल्लेखनीय सेवेबद्दल आपण सर्वच जाणतो. परंतु, मागील चार महिन्यांमध्ये त्यांनी दिलेल्या योगदानापेक्षा महान सेवा दुसरी कोणती असूच शकत नाही, जेव्हा ढासळत चाललेल्या जगामध्ये ते निश्चयाचा महामेरू आणि सत्याचे दीपगृह म्हणून उभे राहिले आहेत. त्यांचा सौम्य तरीही ठाम आवाज बहुसंख्यांच्या गोंगाटापेक्षा वरचढ राहिला असून तो आवाज आपल्याला योग्य प्रयत्नांचा मार्ग दाखवत आहे.[३]

यामुळे मग प्रश्न उपस्थित होतो की पूर्वनियोजित हत्येच्या या भ्याड कृत्याबद्दल ही हेतुपुरस्सर शांतता का आहे आणि त्याबाबतचे ऐतिहासिक दस्तावेज का पुसले जात आहेत? ते कृत्य घडल्यानंतर, त्यातील दोषींना फाशी

---

[२] कानपूरमधील भाषण, १६ डिसेंबर १९४७, तथैव, खंड ४, पृष्ठ क्र. २१९.

[३] अलाहाबाद विद्यापीठाच्या वार्षिक पदवीदान समारंभामध्ये नेहरू यांनी केलेले भाषण, १३ डिसेंबर १९४७, तथैव, पृष्ठ क्र. २०६.

झाल्यानंतर आणि चौकशी आयोगांनी त्यांचे अहवाल सादर केल्यानंतर सुमारे अर्धशतकाने काय लपवण्याचा प्रयत्न केला जात आहे? गांधीजींच्या हत्येमागील सत्याची कोणाला भीती वाटते आहे? या कारस्थानाचे खरे सूत्रधार आणि लाभधारक कृपया उभे राहतील का?

ऐतिहासिक दस्तावेजांमधील शांतता ही हिंदू सांप्रदायिक पक्षांनी या हत्येशी असणारे धागेदोरे लपवण्यासाठी संबंध तोडणे, जबाबदारी नाकारणे, पांगणे, सारवासारव आदी शक्य त्या सर्व मार्गांनी केलेल्या प्रयत्नांना अनुसरून आहे. गांधीहत्येसाठी फाशीची शिक्षा झालेले नथुराम गोडसे आणि नारायणराव आपटे हे कट्टर 'सावरकरवादी' असल्याचे सर्वज्ञात होते, तरीही सावरकरांनी सुनावणीदरम्यान दिलेल्या जबाबामध्ये गोडसेशी असलेले संबंध नाकारले आणि त्याबदल्यात गोडसेने या कटामध्ये सावरकरांचा कोणत्याही प्रकारे सहभाग असल्याचे नाकारले. हिंदू महासभेवर बंदी घालण्यात आल्यानंतर या संघटनेने आपणहून विसर्जित होण्याचा निर्णय घेतला. राष्ट्रीय स्वयंसेवक संघाने आपल्यावरील बंदी उठवली जावी, म्हणून संघटनेच्या कार्यपद्धतीवर कोणत्याही अटी व निर्बंध स्वीकारण्याची तयारी दर्शवली होती. राष्ट्रीय स्वयंसेवक संघाने लिखित घटनेचा स्वीकार केला आणि आपण केवळ सांस्कृतिक संघटना असल्याचे हमीपत्र दिले. गांधीजींच्या हत्येशी संबंध असल्याचा कलंक लागल्यामुळे हिंदू महासभेने राजकीय फड सोडला आणि श्यामाप्रसाद मुखर्जी यांनी राष्ट्रीय स्वयंसेवक संघाच्या सहयोगाने १९५१ मध्ये भारतीय जनसंघाची स्थापना केली. हा पक्ष म्हणजे हिंदू सांप्रदायिक अभिव्यक्तीचे प्रमुख राजकीय वाहन, त्यांचा दर्शनीय राजकीय पक्ष बनणार होता.

गांधीजींच्या हत्येचा कट

गांधीजींची हत्या हे भावनिक मूर्खपणाचे कृत्य नव्हते, तर तो पूर्वनियोजित कट होता. नोव्हेंबर, १९४७ मध्ये भारतीय कम्युनिस्ट पक्षाचे (सीपीआय) बिहारमधील *किसान* नेते कार्यानंद शर्मा यांनी 'हिंदू राजची मागणी अतिशय

वाईट असून त्याच्या पाठीमागे गांधीजी आणि पंडितजींच्या हत्येचा कट शिजतो आहे', असा इशारा दिला होता.[४] २० जानेवारी, १९४८ रोजी गांधीजींच्या हत्येचा अयशस्वी प्रयत्न करण्यात आला आणि त्यांच्या सह-कार्यकर्त्यांनी तो बॉम्बस्फोट म्हणजे एक अपघात होता असे सुचवले, तेव्हा गांधीजींनी 'मूर्खा, याच्यामागे भयानक आणि व्यापक कटकारस्थान आहे, हे तुला दिसत नाही का?' असा टोला हाणला होता.[५]

गांधीजींच्या हत्येमागे सावरकरांच्या नेतृत्वाखालील हिंदू महासभेची कट्टर शाखा होती, याबाबत एकमत आहे. मग तरीही सावरकर निर्दोष का ठरले? कटामधील त्यांची भूमिका काय होती?

गांधीजींच्या हत्येनंतर जानेवारी, १९४८ मध्ये सावरकरांना या हत्येच्या कटामधील प्रमुख सूत्रधार असल्याच्या संशयावरून अटक करण्यात आली. अखेरीस 'माफीच्या साक्षीदाराने दिलेल्या साक्षीच्या पुष्ट्यर्थ पुरावे मिळाले नाहीत' या फौजदारी कायद्यातील तांत्रिक मुद्द्याच्या आधारे त्यांची निर्दोष मुक्तता करण्यात आली. सरदार पटेल हे स्वतः खूप निष्णात फौजदारी वकील होते व व्यक्तिशः त्यांना सावरकर दोषी असल्याचे पटले होते. अन्यथा त्यांनी सावरकरांवर खटला चालवण्यास संमतीच दिली नसती. त्यांनी जवाहरलाल नेहरू यांना स्पष्ट शब्दांत सांगितले होते, 'सावरकरांच्या थेट छत्रछायेखाली असलेल्या हिंदू महासभेच्या धर्मांध गटाचे हे कारस्थान [रचले] असून त्यांनी ते पूर्ण केले आहे.'[६]

भारतीय सर्वोच्च न्यायालयाचे माजी न्यायाधीश जीवन लाल कपूर यांच्या अध्यक्षतेखाली १९६५ मध्ये स्थापन करण्यात आलेल्या चौकशी आयोगाने त्यांचा अहवाल सादर केला, तेव्हा त्यामध्ये पुढील निष्कर्ष काढण्यात आला

---

[४] बिहार राज्यसरकार, राजकीय खाते (विशेष), १९४७ मधील फाइल क्र. ११३(V), (गोपनीय), बिहार राज्य पुराभिलेखागार, पाटणा.

[५] प्यारेलाल, *महात्मा गांधी—दि लास्ट फेज*, खंड २, नवजीवन, अहमदाबाद, १९५८, पृष्ठ क्र. ७५०.

[६] दुर्गा दास, *सरदार पटेल्स कॉरस्पॉन्डन्स*, १९४५–५०, खंड सहावा, नवजीवन पब्लिशिंग हाउस, अहमदाबाद, १९७३, पृष्ठ क्र. ५६.

होता, 'या सर्व तथ्यांचा एकत्रित विचार केला असता हत्येच्या कटामागे सावरकर आणि त्यांचा गट होता, याव्यतिरिक्त अन्य कोणत्याही सिद्धान्तास जागा उरत नाही.'[७]

खटल्याची सुनावणी करणाऱ्या न्यायाधीशांना उपलब्ध झाले नव्हते, असे बरेच पुरावे कपूर आयोगाला उपलब्ध झाले. सावरकरांचे दोन निकटवर्तीय ए. पी. कासार आणि जी. व्ही. दामले यांची साक्ष सुनावणीवेळी नोंदवण्यात आली नव्हती. आता सावरकर हयात नसल्याने ते कपूर आयोगासमोर बोलले आणि त्यांनी माफीच्या साक्षीदाराच्या जबाबाची पुष्टी केली. त्यांची साक्ष सुनावणीवेळी नोंदवण्यात आली असती, तर सावरकर दोषी सिद्ध होण्याची दाट शक्यता होती. हे सर्व पाहता, व्यापक क्षोभ व्यक्त होऊनही त्या गोंधळामध्येच सावरकरांचे तैलचित्र संसदेमध्ये बसवण्यात येण्याची घटना धक्कादायक आहे. सावरकरांवर संशयाची जरी पुसटशी शक्यता असली तरी असे घडता कामा नये, याची कल्पना आपल्याला येऊ शकते. आणि येथे तर ते गोडसे आणि आपटे यांचे राजकीय गुरू होते आणि केवळ कायद्यातील तांत्रिक मुद्द्यांच्या आधारे त्यांची सुटका झाली असली, तरी जनतेच्या नजरेमध्ये ते या कृत्यासाठी राजकीय आणि वैयक्तिकदृष्ट्या आरोपी होते आणि नैतिकदृष्ट्या अपराधी होते. राजेंद्र प्रसाद यांनी ठामपणे नमूद केल्याप्रमाणे,

कोणत्याही खुन्याने बचावाचा दावा करणे, ही गोष्ट मी समजू शकत होतो आणि एखाद्या माणसाला जोपर्यंत त्याचा दोष सिद्ध होत नाही, तोपर्यंत तो दोषी नसतो, असेही एक कायद्याचे शिक्षण घेतलेली व्यक्ती म्हणून मी जवळपास स्वाभाविकरीत्या समजू शकतो. परंतु, हा आरोपींना देऊ केला जाणारा बचाव नव्हता, तर संशयितांना नायक बनवले जात होते.[८]

---

[७] जीवन लाल कपूर, *रिपोर्ट ऑफ दि कमिशन ऑफ इन्क्वायरी इनटू कॉन्स्पिरसी टू मर्डर महात्मा गांधी* (येथून पुढे तो कपूर आयोग अहवाल म्हणून ओळखला गेला) नवी दिल्ली, १९७०, पृष्ठ क्र. ३०३, परिच्छेद २५.१०६.

[८] पटेल यांना पाठवलेले पत्र, १३ ऑक्टोबर १९४८, *सरदार पटेल्स कॉरस्पॉन्डन्स*, खंड सहावा, पृष्ठ क्र. ९२.

गांधीजींच्या कृश शरीरावर गोळ्या झाडणाऱ्या गोडसेच्या भूमिकेचे काय? त्याच्या सुनावणीदरम्यान केवळ तो आणि आपटे या कटामध्ये सहभागी होते आणि राष्ट्रीय स्वयंसेवक संघ तर सोडाच, पण हिंदू महासभेचाही या कटाशी काही संबंध नव्हता, असे त्याने स्पष्ट केले. हे उघडउघड खोटे होते. गोडसेचा राष्ट्रीय स्वयंसेवक संघ आणि हिंदू महासभेशी हर एक प्रकारे संबंध होता. सावरकर यांच्याशी असलेल्या संबंधांबाबत बोलायचे झाल्यास आपटे आणि गोडसे हे सावरकरांचे मदतनीस होते. सावरकर यांनी त्या दोघांच्या *अग्रणी* या वृत्तपत्राला अर्थसाहाय्य पुरवले होते आणि नंतर या वृत्तपत्राचे नाव बदलून *हिंदूराष्ट्र* असे करण्यात आले.[९] सावरकरांच्या राजकीय दौऱ्यांमध्ये ते दोघे त्यांच्यासोबत प्रवास करायचे. महासभेच्या गुप्त कारवाया करण्यासाठी पुण्यामध्ये १९४२ साली स्वयंसेवी संघटना म्हणून स्थापन करण्यात आलेल्या 'हिंदूराष्ट्रदल' या सावरकरवादी संस्थेचा गोडसे हा मुख्य संघटक होता, तर आपटे हा सचिव होता.[१०] हे दोघे गांधीजींच्या हत्येच्या कटाची अंमलबजावणी करणारे होते, तर सावरकर हे या कटाचे प्रेरणास्थान आणि मुख्य सूत्रधार होते.

गोडसेचे राष्ट्रीय स्वयंसेवक संघाशी काय संबंध होते? गोडसे आपल्याशी संबंधित नव्हता, असे राष्ट्रीय स्वयंसेवक संघाने आग्रहीपणे सांगितले आहे. आडवाणी म्हणाले होते,

> नथुराम गोडसे हा राष्ट्रीय स्वयंसेवक संघाचा कडवा टीकाकार होता. राष्ट्रीय स्वयंसेवक संघाने हिंदूंना नपुंसक बनवले, असा त्याचा आरोप होता. *आम्हाला नथुरामशी काहीही देणेघेणे नाही.* काँग्रेसला बाकी काही सापडले नाही की त्यांना हा आरोप उकरून काढायची सवय आहे.[११]

---

९   कपूर आयोग अहवाल, पृष्ठ क्र. ६८.

१० तथैव, पृष्ठ क्र. ६६–६७.

११ *दि टाइम्स ऑफ इंडिया*, २२ नोव्हेंबर १९९३, ए. जी. नुरानी यांच्या *सावरकर अँड हिंदुत्व: दि गोडसे कनेक्शन* या पुस्तकातून उद्धृत, लेफ्ट वर्ड बुक्स, नवी दिल्ली, २००२, पृष्ठ क्र. १३८.

नथुरामचे बंधू आणि सहआरोपी गोपाळ गोडसे यांनी मात्र आडवाणींचे विधान जोरदारपणे खोडून काढले आहे. नथुरामने कधीही राष्ट्रीय स्वयंसेवक संघ सोडला नव्हता, तर गोळवलकर आणि राष्ट्रीय स्वयंसेवक संघ यांना पाठीशी घालण्यासाठी त्याने सुनावणीदरम्यान तसा जबाब दिला होता, असे मत त्यांनी ठामपणे मांडले होते.[१२]

प्र. तुम्ही राष्ट्रीय स्वयंसेवक संघाचा भाग होता का?

उ. आम्ही सर्व भाऊ राष्ट्रीय स्वयंसेवक संघामध्ये होतो. नथुराम, दत्तात्रेय, मी आणि गोविंद. आम्ही आमच्या घरापेक्षा संघामध्येच वाढलो, असेही तुम्ही म्हणू शकता. राष्ट्रीय स्वयंसेवक संघ हा आम्हाला कुटुंबाप्रमाणे होता.

प्र. नथुराम राष्ट्रीय स्वयंसेवक संघामध्ये राहिला होता का? त्याने संघ सोडला नाही?

उ. *नथुराम हा राष्ट्रीय स्वयंसेवक संघामध्ये बौद्धिक कार्यवाह बनला होता. त्याने आपल्या जबाबामध्ये संघाला सोडचिठ्ठी दिल्याचे सांगितले होते. गांधी यांच्या हत्येनंतर गोळवलकर आणि राष्ट्रीय स्वयंसेवक संघ हे खूप अडचणीत आले असल्याने त्याने तसे म्हटले होते. मात्र, त्याने संघ सोडला नव्हता.*

प्र. नथुरामचे राष्ट्रीय स्वयंसेवक संघाशी काहीही लागेबांधे नाहीत, असे आडवाणी यांनी नुकतेच म्हटले आहे.

उ. असे म्हणणे *भ्याडपणाचे आहे,* अशा शब्दांत मी त्यांना प्रत्युत्तर दिले आहे. राष्ट्रीय स्वयंसेवक संघाने काही 'जा आणि गांधींची हत्या करा' असे सांगणारा ठराव संमत केला नव्हता, असे तुम्ही म्हणू शकता. परंतु, तुम्ही *त्याला* [नथुरामला] *नाकारू नका. हिंदू महासभेने त्याला नाकारले नव्हते. नथुरामने १९४४ मध्ये राष्ट्रीय स्वयंसेवक संघामध्ये बौद्धिक कार्यवाह असतानाच हिंदू महासभेच्या कार्याला सुरुवात केली होती.*

१२ अरविंद राजगोपाल यांनी घेतलेली गोपाळ गोडसे यांची मुलाखत, फ्रंटलाइन १९९४, उपरोल्लेखित ठिकाणाहून उद्धृत, पृष्ठ क्र. १३८–३९.

राष्ट्रीय स्वयंसेवक संघाने १९४० मध्ये जुनी हिंदी आणि मराठी प्रार्थना बदलून नवी संस्कृत प्रार्थना सुरू केली, तीच प्रार्थना नथुरामने फाशीवर जाण्यापूर्वी म्हटली होती, ही लक्षवेधक बाब आहे. जर त्याने केलेल्या दाव्याप्रमाणे, तो आता राष्ट्रीय स्वयंसेवक संघाशी संबंधित नसेल, तर त्याला ही नवी प्रार्थना कशी माहीत होती आणि त्याच्या आयुष्याच्या इतक्या महत्त्वाच्या क्षणी, आयुष्य संपण्याच्या उंबरठ्यावर असताना तो ही प्रार्थना का म्हणत होता?[१३]

यात पुन्हा राष्ट्रीय स्वयंसेवक संघ आणि हिंदू महासभा यांनी गांधीजीच्या हत्येचा कट रचणाऱ्यांच्या बाबतीत आणि एकंदरच राजकारणामध्ये आपला परस्परांशी काही संबंध नसल्याचे दाखवण्याची पुरेपूर काळजी घेतली. याची सत्यता पडताळणे आवश्यक आहे. या दोन संघटनांचे स्वतंत्र अस्तित्व म्हणजे केवळ समान उद्दिष्टासाठी केलेले मनुष्यबळाचे विभाजन होते, हे सर्वज्ञात आहे. राष्ट्रीय स्वयंसेवक संघ आणि हिंदू महासभेचे सदस्य एकत्र काम करायचे. यापैकी राष्ट्रीय स्वयंसेवक संघ वैचारिक पाया भक्कम करण्याचे काम करायचा, तर हिंदू महासभा हा औपचारिक राजकीय पक्ष म्हणून कार्यरत होता. कपूर आयोगाच्या अहवालावरून राष्ट्रीय स्वयंसेवक संघ आणि हिंदू महासभेतील हा परस्परसंबंध स्पष्ट होतो. जेव्हा मुंबईच्या गुन्हे तपास विभागाचे (सीआयडी) पोलीस उपमहानिरीक्षक (डीआयजी) आणि मुंबईचे पोलीस आयुक्त यांना ८ ऑगस्ट १९४७ रोजी गृहसचिवांनी राष्ट्रीय स्वयंसेवक संघ आणि हिंदू महासभेच्या कार्यकर्त्यांची यादी तयार करण्यास सांगितली, तेव्हा पुणे पोलिसांनी त्यांना महासभेच्या नेत्यांची यादी पाठवली, परंतु राष्ट्रीय स्वयंसेवक संघाचे नेते व कार्यकर्ते यांची स्वतंत्र यादी तयार केली नाही. यावरून या दोन्हीमधील फरक करणे अवघड असल्याचे हे सूचित होते. याहीपुढे जाऊन कपूर आयोगाने 'राष्ट्रीय स्वयंसेवक संघाचे अनेक सदस्य हे हिंदू महासभेचेही सदस्य असल्याचे पुरावे आहेत', असे नमूद केले आहे.[१४]

---

[१३] डी. आर. गोयल, *राष्ट्रीय स्वयंसेवक संघ*, २०००, पृष्ठ क्र. २०२–३.

[१४] कपूर आयोग अहवाल, १९७०, प्रकरण एकोणिसावे, पृष्ठ क्र. ५९.

मोरारजी देसाई यांनी जीवन लाल कपूर आयोगासमोर 'त्या काळी हिंदू महासभा आणि राष्ट्रीय स्वयंसेवक संघ एकत्रच काम करत होते', अशी साक्ष नोंदवली आहे.[१५] आर. के. खाडिलकर, पुरुषोत्तमदास त्रिकमदास आणि एन. एस गुर्टू या मुंबईतील सर्व साक्षीदारांनी त्यांच्या साक्षीमध्ये राष्ट्रीय स्वयंसेवक संघ आणि हिंदू महासभेचा एकत्रित उल्लेख केला आहे.[१६]

राष्ट्रीय स्वयंसेवक संघाच्या कृत्यांविषयीचा १७ सप्टेंबर १९४७ रोजीचा अहवाल सांगतो, 'संघाचे बहुतांश प्रमुख संघटक आणि स्वयंसेवक हे एकतर हिंदू महासभेचे सदस्य आहेत किंवा हिंदू महासभेच्या विचारसरणीचे प्रायोजक आहेत... हिंदू महासभेशी संलग्न असल्याकारणाने संघाच्या धोरणावर सभेच्या विचारधारेचा लक्षणीय प्रभाव जाणवतो.'[१७]

अलीकडे झालेला एक अभ्यास राष्ट्रीय स्वयंसेवक संघ आणि हिंदू महासभा यांच्यातील निकट संबंधांवर शिक्कामोर्तब करतो आणि आमचा परस्परांशी काहीही संबंध नाही, या दोन्ही संघटनांनी जोपासलेल्या मिथकाला सुरुंग लावतो:

राष्ट्रीय स्वयंसेवक संघ आणि हिंदू महासभा यांच्यामध्ये कधीच विशेष जवळीक नव्हती आणि सावरकरांच्या अध्यक्षपदाच्या काळामध्ये या दोन्ही संघटनांनी परस्परांसोबतचे संबंध तोडले, असा सर्वसामान्यपणे स्वीकारण्यात आलेला मतप्रवाह आहे आणि कडव्या हिंदुत्ववादी संघटनांनीही त्याला दुजोरा दिला आहे. *वास्तव मात्र यापेक्षा वेगळे* असल्याचे दिसते. किंबहुना उपलब्ध दस्तऐवजांवरून अशा प्रकारची ताटातूट कधी झालीच नव्हती, इतकेच नाही तर दोन्ही संघटनांमध्ये नेहमीच जवळचे संबंध होते, असे निदर्शनास येते. हेडगेवार हे १९२६ ते १९३१ दरम्यान हिंदू महासभेचे सचिव होते, हे आपण विसरता कामा नये [कॅसोलरींच्या मजकुरातील तेरावे टिपण.] सावरकरांची सुटका साजरी करण्यासाठी आयोजित करण्यात आलेल्या जाहीर सभांमध्ये राष्ट्रीय स्वयंसेवक संघाचे स्वयंसेवक जमत

---

[१५] तथैव, पृष्ठ क्र. ५४.

[१६] तथैव, पृष्ठ क्र. ५५.

[१७] तथैव, पृष्ठ क्र. ६१.

असत, हे पाहता राष्ट्रीय स्वयंसेवक संघाने हिंदू महासभेला पाठिंबा दिला होता, असे दिसून येते [कॅसोलरी यांच्या मजकुरातील १४ वे टिपण].[१८]

गुप्तचर खात्यांचे अहवालही राष्ट्रीय स्वयंसेवक संघ आणि महासभा यांच्यातील लागेबंधांची साक्ष देतात. उदाहरणार्थ, १८ मे १९४२ रोजी गुप्तचर खात्याने राष्ट्रीय स्वयंसेवक संघाविषयी तयार केलेल्या टिपणामध्ये म्हटले होते:

> संघाच्या हिंदू महासभेशी असलेल्या संलग्नतेचा त्याच्या धोरणावर लक्षणीय प्रमाणात प्रभाव पडला आहे. संघ, हिंदू महासभेशी नेमका किती जवळून संबंधित आहे हे माहीत नाही, कारण दोन्हीपैकी कोणत्याही संघटनेच्या नेत्यांनी त्यांच्या संलग्नतेचे जाहीर उल्लेख केलेले नाहीत. तथापि, वि. दा. सावरकर आणि डॉ. बी. एस. मुंजे यांसारख्या हिंदू महासभेच्या नेत्यांना संघाकडून ज्या प्रकारे आदराची वागणूक मिळते आणि ज्या अधिकाराने हे नेते संघाशी संबंधित जाहीर निवेदने करतात, त्यावरून दोन्ही संघटनांमधील संबंध खूप जवळचे असावेत, हे स्पष्ट आहे.[१९]

---

[१८] मार्झिया कॅसोलरी यांच्या 'हिंदुत्वाज् फॅरेन टायअप इन दि १९३०ज्, अर्काइव्हल इव्हिडिन्स' या *इकॉनॉमिक अँड पॉलिटिकल वीकलीमध्ये* प्रसिद्ध झालेल्या लेखातून, २२ जानेवारी २०००: २१८–२८, नुरानी यांच्या *सावरकर अँड हिंदुत्व* या पुस्तकामध्ये उद्धृत, पृष्ठ क्र. ८७–८८, लेखकांकडून यामध्ये भर घालण्यात आली. त्यांचे स्रोत भारतीय राष्ट्रीय पुराभिलेखागार, गृह निवडणूक विभाग, २८ ऑगस्ट १९४२, ७ मार्च १९४२ या तारखेचा राष्ट्रीय स्वयंसेवक संघावरचा गुप्तचर अहवाल आणि महाराष्ट्र राज्य पुराभिलेखागार, गृह विशेष विभाग, फाइल्स ६०डी (जी), पीटी२, १९३७, भाग तिसरा, १९३८ आणि १००९–३, १९४२ हे आहेत. कॅसोलरी यांच्या मजकुरातील टिपण १३ आणि १४ मध्ये हेडगेवारांवर सावरकरांच्या हिंदुत्वाचा प्रभाव होता आणि त्यांनी संघटना स्थापन करण्याचा निर्णय घेतल्यानंतर सावरकरांचा सल्ला मागितला होता, असे नमूद करण्यात आले आहे. सावरकरांनी सुटकेनंतर राष्ट्रीय स्वयंसेवक संघाची शिस्त आणि कार्याची प्रशंसा केली होती. २९ जुलै १९३९ रोजी राष्ट्रीय स्वयंसेवक संघाच्या *गुरूपौर्णिमा* समारंभामध्ये, तसेच मार्च १९४३ नंतर राष्ट्रीय स्वयंसेवक संघ अधिकाऱ्यांच्या प्रशिक्षण शिबिरामध्ये सावरकर उपस्थित राहिले होते.

[१९] पार्थसारथी गुप्ता, (संपादित), *टुवर्ड्स फ्रीडम डॉक्युमेंट्स ऑन दि मूव्हमेंट फॉर इंडिपेन्डन्स इन इंडिया,* १९४३–४४, भारतीय इतिहास संशोधन परिषद, ऑक्सफर्ड युनिव्हर्सिटी प्रेस, १९९७, पृष्ठ क्र. ३०४७–५१, तथैव उद्धृत, पृष्ठ क्र. ८९–९१.

गांधी हत्येशी संबंध असल्याच्या दाव्यांचा राष्ट्रीय स्वयंसेवक संघाने केलेला अस्वीकार नेहरूंना पटला नव्हता. त्यांच्याच शब्दांत सांगायचे झाल्यास, 'या लोकांचे हात महात्मा गांधींच्या रक्ताने माखलेले आहेत आणि आता सश्रद्ध निवेदने करण्याला आणि संबंध नाकारण्याला काहीही अर्थ नाही.'[२०] नवी दिल्लीमध्ये २ फेब्रुवारी १९४८ रोजी केलेल्या भाषणामध्ये त्यांनी 'हे लोक कोण' याकडेही निर्देश केला आहे. हिंदू राष्ट्राच्या मागणीसाठी आयुष्य वाहून घेतलेल्यांपैकीच एकाने 'वर्तमानातील सर्वांत महान हिंदू' माणसाची हत्या केली.'[२१]

हिंदू महासभेच्या जाहीर नकारपत्रासंबंधी पटेल यांनी ६ मे, १९४८ रोजी श्यामा प्रसाद मुखर्जींना लिहिलेल्या पत्रात म्हटले आहे:

गांधी हत्येच्या दुःखद घटनेवर समाधान व्यक्त करणाऱ्या आणि मिठाई वाटणाऱ्या महासभेच्या कार्यकर्त्यांची संख्या मोठी होती, या बाबीकडे आम्ही डोळेझाक करू शकत नाही. या मुद्द्यावर देशातील सर्व भागांतून विश्वसनीय वृत्तान्त आमच्याकडे आलेले आहेत. त्याहीपुढे जाऊन महंत दिग्विजयनाथ, प्राध्यापक रामसिंग आणि देशपांडे यांसारख्या महासभेच्या अनेक प्रवक्त्यांकडून अवघ्या काही महिन्यांपूर्वीपर्यंत सांगितला जात असलेला अतिरेकी सांप्रदायवाद पाहता, ते सार्वजनिक सुरक्षेला धोकादायक असल्याचेच समजावे लागते. हीच गोष्ट राष्ट्रीय स्वयंसेवक संघालाही लागू होते आणि ही संघटना गोपनीयरीत्या लष्करी आणि निमलष्करी मार्गांवर चालत असल्याने त्यापासून उपजतच अधिक धोका आहे.[२२]

मुंबईचे तत्कालीन मुख्यमंत्री बी. जी. खेर यांनी त्यावेळच्या महाराष्ट्रातील राजकीय स्थिती पटेल यांना समजावून सांगितली. 'हिंदू महासभेने काँग्रेस

---

२० नेहरूंनी पंजाबच्या मुख्यमंत्र्यांना लिहिलेले पत्र, ११ फेब्रुवारी १९४८, जे एन एस डब्ल्यू, द्वितीय मालिका, खंड ५, पृष्ठ क्र. ५३.

२१ तथैव, पृष्ठ क्र. ४४.

२२ सरदार पटेल्स कॉरस्पॉन्डन्स, खंड सहावा, पृष्ठ क्र. ६६.

हिंदू महासभेचे नेते वि. दा. सावरकर यांची रत्नागिरी कारागृहातील स्थानबद्धतेतून सुटका झाल्यानंतर, जून १९३७ मध्ये पुण्यातील राष्ट्रीय स्वयंसेवक संघाच्या स्वयंसेवकांनी त्यांची मिरवणूक काढली होती. राष्ट्रीय स्वयंसेवक संघ आणि हिंदू महासभेमध्ये घट्ट लागेबंधे असल्याचे, हे उदाहरण आहे. गांधीजींच्या हत्येच्या सुनावणीवेळी मात्र हे लागेबांधे संधीसाधूपणे नाकारण्याचा प्रयत्न करण्यात आला होता.

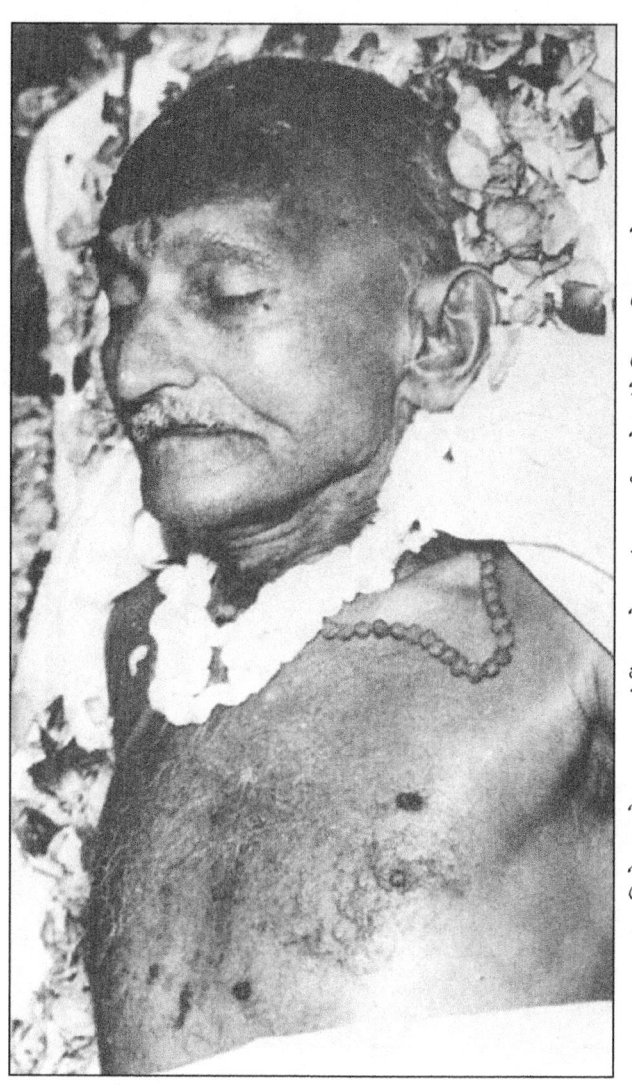

नि:चेष्ट पडलेला महात्मा गांधींचा मृतदेह. त्यांच्या छातीवर गोळ्यांचे निशाण दिसत आहेत.

गांधीजींची अंत्ययात्रा. जवाहरलाल नेहरू आणि सरदार पटेल या अंत्ययात्रेत सहभागी झाले होते.

लाल किल्ल्यावर झालेली गांधी हत्येची सुनावणी. (डावीकडून उजवीकडे, पुढून मागे) नथुराम गोडसे, आपटे, करकरे, बडगे (माफीचा साक्षीदार), मदनलाल, गोपाळ गोडसे, शंकर किस्तय्या, सावरकर, डॉ. परचुरे (छायाचित्रात मागे झाकले गेलेले). २२ जून, १९४८.

आणि महात्मा यांच्या विरोधात द्वेषाचे वातावरण निर्माण करण्यासाठी केलेल्या प्रयत्नांची परिणती महाराष्ट्रातील काही जणांच्या हातून महात्मा गांधींची हत्या होण्यात झाली.'[२३]

राष्ट्रीय स्वयंसेवक संघ आणि हिंदू महासभेच्या राजकीय शैलीतील जाणवणारी लक्षवेधक बाब म्हणजे त्यांची लबाडी, खोटारडेपणा आणि गरज पडल्यास आपल्या माणसांसोबतचेही संबंध नाकारण्याची त्यांची प्रवृत्तीही होय. येथे सावरकर व त्यांचे लोक आणि भगतसिंगसारख्या क्रांतिकारकांमधील टोकाच्या फरकाविषयी विचार आल्यावाचून राहवत नाही. या क्रांतिकारकांनी कधीही दयायाचना केली नव्हती आणि मृत्यूसह सर्व प्रकारच्या शिक्षा भोगण्याचा मार्ग निवडला होता. किंबहुना, स्वातंत्र्यलढ्याच्या खूप सुरुवातीच्या काळापासून भारतीय स्वातंत्र्यवीरांनी केलेल्या ब्रिटिशविरोधी कृत्यांची जबाबदारी स्वीकारण्याची, खटल्यांना सामोरे जाण्याची, राष्ट्रवादी ध्येयांचा अधिक प्रसार करण्यासाठी या खटल्यांचा उपयोग करून घेण्याची आणि त्यानंतर स्वेच्छेने कारावास, हद्दपारी किंवा अगदी मृत्यूही शिक्षा म्हणून पत्करण्याची रीत निर्माण केली होती.

गांधींच्या खून खटल्यादरम्यान सावरकरांची वागणूकही हिंदू संप्रदाय-वाद्यांच्या दुटप्पी वागणुकीचे चांगले उदाहरण आहे. आपला या कटाशी काहीही संबंध नव्हता, ही प्रतिमा निर्माण करण्यास ते इतके आग्रही होते, की त्यांनी नथुराम गोडसे आणि अन्य आरोपींशी जाहीररीत्या, तसेच कारागृहात खासगीमध्ये बोलण्यासही नकार दिला. परचुरे आणि गोपाळ गोडसे यांच्यातर्फे बचाव पक्षाचे वकील म्हणून लढलेल्या पी. एल. इनामदार यांनी त्यांच्या आठवणींच्या संग्रहामध्ये नोंदवले आहे:

> खटल्याच्या संपूर्ण सुनावणीदरम्यान सावरकर नथुराम जवळच, किंबहुना त्याच्या शेजारीच बसत असूनही त्याच्याशी बोलणे तर सोडाच, मी कधीही

[२३] बी. जी. खेर, २६ मे १९४८, तथैव, खंड सहावा, पृष्ठ क्र. ७७–७८.

त्यांना तोंड वळवून नथुरामकडे पाहतानाही बघितले नाही... सावरकर हे आरोपींच्या पिंजऱ्यात स्फिंक्स पुतळ्याप्रमाणे शांतपणे, सहआरोपींकडे पूर्णपणे दुर्लक्ष करत, न चुकता शिस्तबद्ध पद्धतीने बसलेले असायचे...

मी नथुरामशी वेळोवेळी साधलेल्या संवादादरम्यान, लाल किल्ल्यावरील सुनावणीच्या सर्व दिवसांमध्ये एकतर न्यायालयात किंवा लाल किल्याच्या कारागृहात तात्यारावांच्या [सावरकर] नथुरामशी संबंध नसल्याचे हेतुपूर्वक दाखवून देण्यामुळे तो खूप दुखावला गेल्याचे, त्याने मला सांगितले होते. कारागृहातील त्या एकलकोंड्या खोल्यांमध्ये डांबले असताना नथुराम तात्यारावांच्या हाताच्या स्पर्शासाठी, त्यांच्या सहानुभूतीच्या शब्दांसाठी किंवा किमान त्यांच्या एका कारुण्यपूर्वक कटाक्षासाठी किती आसुसला होता. शिमला उच्च न्यायालयामध्ये माझ्या त्याच्याशी झालेल्या अखेरच्या भेटी वेळीही याबाबतच्या त्याच्या भावना त्याने व्यक्त केल्या होत्या.[२४]

सावरकरांनी न्यायालयामध्ये महात्मा गांधींविषयी त्यांना असलेल्या आदर नाट्यमय पद्धतीने कसा व्यक्त केला, हेसुद्धा इनामदार यांनी उद्धृत केले आहे:

सावरकरांनी त्यांच्या खटल्यामध्ये बचावासाठी एक लेखी निवेदन तयार केले होते... आणि न्यायालयामध्ये वक्त्याची सर्व कौशल्ये वापरून त्यांनी हे भाषण वाचले. आपण सातत्याने आणि मनस्वीपणे महात्माजींच्या व्यक्तिमत्त्वाचे कौतुक आणि त्याविषयी आदर व्यक्त केला असताना, स्वतंत्र भारताच्या सरकारकडून महात्माजींच्या हत्येचा आरोप आपल्यावर ठेवला जात असल्यामुळे त्यांनी आपल्या नशिबाविषयी शोक व्यक्त केला. आपल्या भाषणातील हा भाग

---

२४ पी. एल. इनामदार, *दि स्टोरी ऑफ रेड फोर्ट ट्रायल*, पॉप्युलर प्रकाशन, मुंबई, १९७९, पृष्ठ क्र. १४१–४३, नुरानी यांच्या *सावरकर आणि हिंदुत्व* या पुस्तकातून उद्धृत, पृष्ठ क्र. १०७–८.

> वाचताना सावरकरांनी प्रत्यक्षात न्यायालयामध्ये गालांवर ओघळलेले अश्रूही पुसले.[२५]

सावरकरांनी, विशेषत: ते हिंदू महासभेचे अध्यक्ष झाल्यानंतर गांधीजीवर केलेली परखड टीका सर्वश्रुत होती. त्यामुळे स्वत:ला गांधीजींचा प्रशंसक ठरवण्यासाठी त्यांना करावा लागलेला हा दांभिक प्रयत्न उल्लेखनीय आहे. तथापि, त्यांच्या यापूर्वीचे माफीनामे, हमीपत्रे आणि चांगल्या वर्तणुकीच्या आश्वासनांचा इतिहास पाहता, हे फारसे आश्चर्यजनक नाही.[२६] गांधीजींच्या हत्येप्रकरणी त्यांना अटक झाल्यानंतर तीन आठवड्यांमध्येच त्यांनी आर्थर रोड तुरुंगातून पोलीस आयुक्तांना असे औपचारिक निवेदन दिले होते की 'जर सरकार त्यांना कोणत्याही सांप्रदायिक किंवा राजकीय सार्वजनिक कृत्यामध्ये सहभागी होण्यापासून दूर राहण्याच्या अटीवर सोडण्यास तयार असेल, तर आवश्यक तितक्या कितीही काळासाठी [ते] या कृत्यांपासून दूर राहतील, असे हमीपत्र ते सरकारला देऊ इच्छितात.'[२७]

गांधीजींच्या हत्येची पार्श्वभूमी

गांधीजींच्या हत्येचा प्रत्यक्ष कट हा जरी थेट सावरकरांच्या नियंत्रणाखाली असलेल्या छोट्या गटाने रचला असला, तरी अंतिम विश्लेषणकरता १९४७ सालातील टोकाच्या संघर्षमय दिवसांमध्ये निर्माण करण्यात आलेले *द्वेषाचे वातावरण* आणि कटुतेमुळेच हा घृणास्पद गुन्हा शक्य झाला. काँग्रेस आणि गांधीजींविषयीचा विरोध हा त्यापूर्वीच्या काही वर्षांपासून पसरवला जात होता,

---

[२५] तथैव

[२६] अंदमान येथील कारागृहात असताना सावकरांनी वारंवार ब्रिटिशांकडे शिक्षेतून सूट मिळावी, अशी मागणी केली होती आणि ब्रिटिश सरकारला मदत करण्याची तयारी दर्शवली होती. हा पैलू या भागाच्या अखेरीस चर्चिण्यात आला आहे.

[२७] २२ फेब्रुवारी १९४८ रोजी लिहिलेले पत्र. नुरानी यांच्या *सावरकर आणि हिंदुत्व* या पुस्तकातून उद्धृत, पृष्ठ क्र. १४६–४७.

मात्र, १९४७ मध्ये निर्भर्त्सनेच्या भाषेचा दर्जा घसरला, तसेच या निर्भर्त्सनेमध्ये लक्षणीय वाढ झाली.

फाळणीच्या बरोबरीने उसळलेल्या दंगली, झालेली स्थलांतरे, कत्तली यांमुळे निर्माण झालेले सांप्रदायिक वातावरण हे हिंदू संप्रदाय वादाच्या वाढीसाठी प्रचंड उपयुक्त ठरले, यामध्ये कोणताच संदेह नाही. जोरदार मुस्लिमविरोधी प्रचार, दंगलींना चिथावणी आणि त्यांचे व्यवस्थापन, हिंदू राष्ट्राची मागणी आणि सरकार उलथून टाकण्याची आणि राष्ट्रीय नेत्यांना फासावर लटकवण्याची हाक हे जानेवारी १९४८ मध्ये गांधीजींच्या हत्येच्या अगदी आधीपर्यंत शिगेला पोहोचले होते.[२८]

हिंदू महासभेने स्वातंत्र्यप्राप्ती साजरी केली नाही आणि १५ ऑगस्ट १९४७ हा दुखवट्याचा दिवस असल्याचे जाहीर केले. त्यांनी केवळ *भगवा झेंडा* हाच पूजनीय ध्वज असल्याच्या भूमिकेवर ठाम राहात राष्ट्रीय ध्वज स्वीकारण्यास नकार दिला. सत्ताधारी काँग्रेस पक्षावर सातत्याने देशाला 'हिंदूराष्ट्र' म्हणून जाहीर करण्यासाठी दबाव आणला गेला. या मागण्यांचे वाढत असलेले प्रमाण हे या काळामध्ये हिंदू सांप्रदायिक शक्तींच्या ताकदीचे सूचक होते. ७ आणि ८ जून १९४७ रोजी झालेल्या हिंदू महासभेच्या अखिल भारतीय समितीच्या बैठकीमध्ये ठराव मंजूर करण्यात आला होता:

> ही समिती हिंदूंना सावधानतेचा इशारा देणे हे आपले कर्तव्य समजते आणि जोपर्यंत ते भविष्यात अधिक सावध आणि दक्ष राहून खरेखुरे आणि शक्तिशाली *हिंदूराष्ट्र* उभारण्यासाठी तातडीची आणि परिणामकारक पावले उचलणार नाहीत, तोपर्यंत नव्या प्रस्तावित व्यवस्थेमध्ये केवळ त्यांचे हितसंबंधच असुरक्षित आहेत असे नाही, तर भारताचे जे काही त्यांच्यासाठी सोडून देण्यात आले आहे, तेसुद्धा त्यांना गमवावे लागू शकते.[२९]

---

[२८] पहा सुचेता महाजन, *इंडिपेन्डन्स अँड पार्टिशन: दि इरोजन ऑफ कॉलोनियल पॉवर इन इंडिया*, सेज पब्लिकेशन, नवी दिल्ली, २००० ए, प्रकरण १० व ११.

[२९] अखिल भारतीय हिंदू महासभा कागदपत्रे (एआयएचएमपी), फाइल क्र. सी-१६२/१९४७, नेहरू मेमोरियल म्युझियम अँड लायब्ररी (लेखकांकडून भर).

काँग्रेस नेतृत्वाकडून हिंदू राष्ट्राची संकल्पना मूर्खपणाची म्हणून उघडपणे फेटाळण्यात आली, हे वेगळे सांगण्याची आवश्यकता नाही.[३०] भारतीय राजकारणाच्या मार्गावरील हा मुद्दाच धर्मनिरपेक्ष आणि सांप्रदायिक शक्तींमध्ये भेद निर्माण करणारा होता. राष्ट्रीयतेच्या पटावरील हा संघर्ष 'हत्येच्या राजकारणाचा' होता.[३१]

स्वातंत्र्यानंतर हिंदू सांप्रदायिक गटांनी काँग्रेसवर प्रभाव पाडण्याचे प्रयत्न सोडून आपला मोर्चा 'संघटित' सांप्रदायिक 'हिंसाचारा'ला थेट चिथावणी देण्याकडे वळवला.[३२] दिल्ली हे राजधानीचे शहर त्यांच्या हालचालींचे महत्त्वाचे केंद्र बनले. सप्टेंबर, १९४७ मध्ये उसळलेल्या दंगलींमागे तेच होते. माउंटबॅटन यांचे मुख्य सहायक लॉर्ड इस्मे यांनी मंत्रिमंडळाला कळवले होते, 'या दंगलींसाठी कोणतेच कारण नव्हते; दिल्ली ही अनागोंदीच्या उंबरठ्यावर उभी होती.'[३३] पंजाब सीमारेषा दलासंबंधी जनरल रीझ यांनी दिलेल्या अहवालामध्ये 'नुकताच कार्यभार हाती घेतलेल्या नागरी प्रशासनाने, प्रत्यक्षात काम करणे थांबवले होते', असे नमूद केले होते.[३४] या दंगली केवळ

[३०] बी. एम. बिर्ला यांनी पटेल यांना पाठवलेले पत्र, ५ जून १९४७, एस पी सी, खंड चौथा, पृष्ठ क्र. ५६, पटेलांनी त्यानंतर बी. एम. बिर्ला यांना पाठवलेल्या पत्रामध्ये ही सूचना स्पष्टपणे धुडकावून लावली, १० जून १९४७, *सरदार पटेल्स कॉरस्पॉन्डन्स*, १९४५–५०, खंड चौथा, पृष्ठ क्र. ५६.

[३१] आशिष नंदी, 'फायनल एन्काउंटर: दि पॉलिटिक्स ऑफ दि ॲसेसिनेशन ऑफ गांधी', *ॲट दि एज ऑफ सायकॉलॉजी–एसेज् ऑन पॉलिटिक्स अँड कल्चर*, ऑक्सफर्ड युनिव्हर्सिटी प्रेस, नवी दिल्ली, १९८०, पृष्ठ क्र. ७०–९८.

[३२] महासभेचे नेते बी. एस. मुंजे यांनी १९ ऑगस्ट १९४६ रोजी अखिल भारतीय हिंदू महाजाती संमेलनामध्ये अध्यक्षीय भाषण करताना 'जिनांना प्रत्युत्तर देण्यासाठी आपल्याला शास्त्रशुद्ध पद्धतीने हिंसाचाराचे व्यवस्थापन करावे लागेल', असे निरीक्षण नोंदवले होते. अखिल भारतीय हिंदू महासभा कागदपत्रे, फाइल सी-१०५/४६, नेहरू मेमोरियल म्युझियम अँड लायब्ररी.

[३३] भारत आणि पाकिस्तानविषयी इस्मे यांचे टिपण, चीफ ऑफ स्टाफ (४७), १२५वी बैठक, ८ ऑक्टोबर १९४७, पीआरईएम ८/५८८, पंतप्रधान ॲटलींच्या कार्यालयातील कागदपत्रे, ही कागदपत्रे नवी दिल्लीतील भारतीय राष्ट्रीय पुराभिलेखागार (एनएआय) येथे मायक्रोफिल्म केलेली आहेत.

[३४] १५ नोव्हेंबर १९४७, वॉरस्टाफ विभाग, एल/डब्ल्यूएस/१/११३४, फाइल१७१३२/२, इंडिया ऑफिस रेकॉर्ड्स, ही कागदपत्रे नवी दिल्लीतील एनएआय येथे मायक्रोफिल्म केलेली आहेत.

दंगली नाहीत, तर तो व्यापक स्तरावर खिजवण्याचा भाग होता, याचे आकलन करून घेतले पाहिजे, असे नेहरूंनी पटेल यांना आवर्जून सांगितले होते:

> मला जेवढा याचा अर्थ समजतो, त्यानुसार आपल्याला विशिष्ट कट्टर शीख आणि हिंदू घटकांच्या सरकार उलथवण्याच्या किंवा किमान सरकारची सध्याची घडण मोडण्याच्या निश्चयी आणि सुसंघटित प्रयत्नांना तोंड द्यावे लागले आहे. हे धार्मिक असंतोषापेक्षा बरेच मोठे प्रकरण आहे. यांपैकी अनेक लोक हे टोकाचे क्रूर आणि निष्ठूर आहेत. ते पूर्णपणे दहशतवाद्यांप्रमाणे काम करतात. अर्थात, सार्वजनिक मतप्रवाहाचा विचार करता ते केवळ अनुकूल वातावरणामध्येच यशस्वीपणे अशा गोष्टी करू शकतात. त्यांना ते वातावरण मिळाले होते. या टोळ्यांचा काही प्रमाणात बंदोबस्त करण्यात आला असला, तरी त्या पूर्णतः नेस्तनाबूत झालेल्या नाहीत आणि त्यांच्यामध्ये अद्याप खूप त्रासदायक ठरू शकण्याची क्षमता आहे.[३५]

राष्ट्रीय स्वयंसेवक संघाच्या अनेक सदस्यांनी स्वातंत्र्यानंतर झालेल्या दंगलींमध्ये सक्रिय सहभाग घेतला होता. जानेवारी १९४८पर्यंत सरकारकडे संघाच्या 'दंगल आणि अनागोंदीशी असलेल्या जवळच्या संबंधांबाबत' प्रचंड माहिती उपलब्ध झाली होती.[३६] *न्यू स्टेट्समन* या वृत्तपत्राचे संपादक किंग्जले मार्टिन हे जानेवारी १९४८ मध्ये भारत भेटीवर आले होते आणि गांधीजी, नेहरू आणि पटेल यांना भेटले होते. त्यांनी आपल्या वृत्तपत्रास पाठवलेल्या तारेमध्ये 'महासभा आणि राष्ट्रीय स्वयंसेवक संघाच्या तरुण हिंदूंची मोठा संघटना, यांसारख्या टोकाच्या कट्टर हिंदू गटांकडे काळजीपूर्वक लक्ष द्या. हे गट अनधिकृत कट्टर हिंदू लष्कर असल्याप्रमाणे आहेत', असे कळवले होते.[३७]

---

[३५] नेहरूंनी पटेलांना पाठवलेले पत्र, ३० सप्टेंबर १९४७, जेएनएसडब्ल्यू, द्वितीय मालिका, खंड ४, पृष्ठ क्र. ११४.

[३६] नेहरूंनी एस. पी. मुखर्जी यांना पाठवलेले पत्र, २८ जानेवारी १९४८, तथैव, १९८७, खंड पाचवा, पृष्ठ क्र.३१.

[३७] *मार्टिन पेपर्स*, फाइल क्र. २०/६, एनएआयमधील नक्कल केलेल्या प्रती, नवी दिल्ली.

दंगलीतील या सहभागाला सरकारप्रति दर्शवलेला उघड विरोध आणि काँग्रेसने ते व गांधीजी यांच्यावर मुस्लिमांचा अनुनय केल्याचा आरोप करून त्यांच्याविरुद्ध चालवलेले निंदनीय अभियान यांची जोड देण्यात आली होती.

अनुनयाविषयीची ही ओरड जुनी होती. सावरकरांनी १९२७ मध्ये गांधी मुस्लिमांचा अनुनय करत असल्याबद्दल त्यांच्याविषयी वाटणाऱ्या राग व द्वेषाची भावना बोलून दाखवली होती.[३८] १९४४ साली सावरकर यांनी गांधी-जिना चर्चेला विरोध केला होता आणि गांधींनी त्यांच्या या 'अपवित्र उपक्रमा' दरम्यान जिंनासोबत कोणताही करार करण्याच्या संभाव्यतेला अटकाव करण्यासाठी 'अखंड हिंदुस्थान लीडर्स कॉन्फरन्स' ही परिषद निमंत्रित करण्यामध्येही सावरकरांनी पुढाकार घेतला होता. 'अल्पसंख्याकांची निष्ठा मिळवण्यासाठी बहुसंख्याकांच्या अधिकारांचा त्याग करणे हे राष्ट्रविरोधी आणि देशद्रोहाला प्रोत्साहन देणारे आहे,' या श्रीनिवास शास्त्री यांनी केलेल्या टिकेसाठी सावरकरांनी पत्र लिहून त्यांचे कौतुक केले होते.[३९]

हिंदू महासभेचे सरचिटणीस आशुतोष लाहिरी यांनी १९ जानेवारी रोजी जाहीर विधान केले होते:

> पाकिस्तानमधील हिंदूंचे काहीही झाले, तरी भारतातील मुस्लीम अल्पसंख्याकांना अन्य अल्पसंख्याकांप्रमाणेच वागणूक दिली गेली पाहिजे, या महात्मा गांधींच्या आणि त्यांच्या विचारसरणीचे अनुयायी असलेल्यांच्या मूळ धोरणालाच आम्ही विरोध करतो. या आत्महत्याजनक धोरणापासून आम्ही स्वत:ला पूर्णपणे दूर ठेवतो.[४०]

हिंदू सांप्रदायिक गटांच्या नजरेत हिंदूविरोधी असलेल्या गांधीजींच्या धोरणांमुळे चिडलेल्या या गटांच्या विरोधाचा त्यांना सातत्याने सामना करावा लागत असे. १९४४ मध्ये हिंदू महासभेच्या या सैनिकांनी सेवाग्रामला पोहचून

---

[३८] गोपाळ गोडसे, *गांधी वध और मैं*, वितास्त प्रकाशन, पुणे, १९७३.

[३९] २४ सप्टेंबर १९४४, *व्ही. एस. एस. शास्त्री पेपर्स*, एनएमएमएल.

[४०] तपन घोष, *दि गांधी मर्डर ट्रायल*, मुंबई, १९७४, पृष्ठ क्र. १५.

बळजबरीने गांधीजींना मुंबईला जाऊन जिनांना भेटण्यापासून अडवण्याचा प्रयत्न केला होता. त्यांच्यापैकी एकाकडून खंजीर हस्तगत करण्यात आला होता.[४१] २२ जुलै, १९४४ रोजी नारायण आपटे आणि पंचवीस युवकांनी पाचगणी येथे आणि त्यानंतर पुन्हा नवी दिल्लीतील भंगी कॉलनीमध्ये गांधींविरुद्ध निदर्शने केली होती. 'हिंदूंच्या त्यागाच्या जोरावर मुस्लिमांचा अनुनय करू नका'–असे या आंदोलनाचे पालुपद होते.[४२] कल्याण-पुणे मार्गावरील गांधींची विशेष रेल्वे कर्जतनंतर लगेचच रूळावरून घसरवण्याचाही प्रयत्न करण्यात आला होता.[४३]

मुस्लीम सुरक्षित राहतील, याची खातरजमा करण्यासाठी गांधीजींनी सुहरावर्दी यांच्या विनंतीवरून ऑगस्ट १९४७ मध्ये कलकत्त्यातच थांबण्याचा निर्णय घेतला, तेव्हा हिंदूंना ज्या ठिकाणी जबरदस्तीने त्यांची घरे सोडून पळ काढावा लागत आहे, तेथे गांधींनी जावे अशी मागणी हिंदू युवकांनी केली होती. दुसऱ्या एका दिवशी महासभेच्या काही युवकांनी गांधींसमोर एका माणसाला आणले. त्याला मुस्लिमांनी भोसकले, असा त्या युवकांचा आरोप होता.[४४]

मुस्लीम हे विश्वासघातकी होते किंवा पाकिस्तानशी एकनिष्ठ होते, अशा आशयाची पत्रे अनेकांनी त्यांना लिहिली होती. गांधीजी हे त्यांच्या प्रार्थना सभांमध्ये ती पत्रे वाचून दाखवायचे आणि त्यातील आरोप खोडून काढायचे. २ डिसेंबर १९४७ च्या प्रार्थना सभेला २०,००० जण उपस्थित होते. सभेमध्ये रागीट सूर उमटत होता आणि 'मुसलमानांना हाकलून द्या', *'मरता है तो मरने दो'* (त्यांना मरू देत), *'खून का बदला*

---

[४१] जे. सी. जैन, *दि मर्डर ऑफ महात्मा गांधी-प्रिल्यूड अँड आफ्टर मॅथ*, चेतना लिमिटेड, मुंबई, १९६१, पृष्ठ क्र. ४५.

[४२] गोडसे, *गांधी वध और मैं*, पृष्ठ क्र. ११२.

[४३] कपूर आयोग अहवाल, पृष्ठ क्र.३०६.

[४४] रॉबर्ट पेन, *दि लाइफ अँड डेथ ऑफ महात्मा गांधी*, लंडन, ड्युटन, १९६९, पृष्ठ क्र.५३५–५३८.

खून से लेंगे' (रक्ताचा सूड रक्ताने घेऊ), अशा घोषणा ऐकू येत होत्या.[४५]

हा कट रचणारे हे गांधींचे जुने टीकाकार आणि हिंदुत्वाला वाहून घेतलेले होते. नंतर *हिंदू राष्ट्र* असे नामकरण करण्यात आलेल्या गोडसेच्या *अग्रणी* या वृत्तपत्रामध्ये गांधीजींविरुद्ध सूडात्मक मजकूर प्रसिद्ध केला जात होता. या वृत्तपत्रात नोवाखाली आणि पंजाब येथील हिंदूवर केल्या जाणाऱ्या अत्याचारांच्या कथा छापून यायच्या.[४६]

'अनुनया'विषयीच्या या भीतीने काही वेळा हिंसक वळणही घेतले. मदनलाल पाहवा (ज्यांनी २० जानेवारी १९४८ रोजी गांधींच्या हत्येचा अयशस्वी प्रयत्न केला होता.) याने अगोदर काँग्रेसचे नेते रावसाहेब पटवर्धन हे हिंदू-मुस्लीम ऐक्याचा उपदेश देणारे भाषण करत असताना त्यांच्यावर चाकू हल्ला केला होता.[४७] गांधीजीच्या हत्येमधील गोडसेचा साथीदार नारायण आपटेने पाकिस्तानी नेत्यांची हत्या करणे, पाकिस्तानला शस्त्रास्त्रे नेणाऱ्या रेल्वेमध्ये स्फोट घडवणे आणि पाकिस्तानचे घटनासमिती सभागृह उडवून देणे यांसारख्या विविध योजना आखल्या होत्या.[४८]

गोडसेने सुनावणीदरम्यान गांधीजींच्या हत्या करण्याच्या त्याच्या निर्णयाचे स्पष्टीकरण दिले होते:

> गांधीजींनी तेच अनुनय करण्याचे धोरण कायम ठेवल्यामुळे माझे रक्त खवळले आणि मी त्यांना त्यापुढे जराही सहन करू शकत नव्हतो... मुस्लिमांच्या अत्याचारांपासून हिंदूंना मुक्त करण्याचा माझ्या मनात

---

[४५] ५ ऑक्टोबर १९४७ आणि २ जानेवारी १९४८ रोजीच्या प्रार्थना सभा, महात्मा गांधी, *दिल्ली डायरी: प्रेयर, स्पीचेस्फ्रॉम १०-९-१९४७ टू ३०-१-१९४८*, नवजीवन पब्लिशिंग हाउस, अहमदाबाद, १९४८, पृष्ठ क्र. ६१; मनोहर माळगावकर, *दि मेन व्हू किल्ड गांधी*, मॅकमिलन, नवी दिल्ली, १९७८, पृष्ठ क्र. ९२; डी. जी. तेंडुलकर, *महात्मा: लाइफ ऑफ मोहनदास करमचंद गांधी*, खंड आठवा, भारत सरकार, नवी दिल्ली, १९६३, पृष्ठ क्र. २३४.

[४६] घोष, *दि गांधी मर्डर ट्रायल*, पृष्ठ क्र. २८, ३९.

[४७] तथैव, पृष्ठ क्र. १०४.

[४८] तथैव, पृष्ठ क्र. ८७–८८.

> आलेला एकमेव परिणामकारक उपाय हा गांधीजींना या जगातून नाहीसे करणे हा होता.[४९]

भारतमाता ही पूजनीय देवी असून तिचा पुत्र म्हणून तथाकथित राष्ट्रपित्याचे जीवन संपवावे, हे त्याच्या धर्माने त्याच्याकडून मागितलेले कर्तव्य आहे, असा गोडसेला विश्वास होता.

> गांधीजींकडून पुरस्कार करण्यात येणाऱ्या संपूर्ण 'अहिंसे'च्या शिकवणीची अंतिम परिणती ही हिंदू समाजाच्या खच्चीकरणामध्ये होईल आणि यामुळे हिंदू समाज हा अन्य समाजांची, विशेषत: मुस्लिमांची आक्रमकता आणि अतिक्रमण याचा विरोध करण्यास अकार्यक्षम बनेल, असे मला ठामपणे वाटत होते.[५०]

गोडसे आणि आपटे यांनी फाशीच्या स्तंभाकडे जाताना अखंड भारताचा नकाशा, भगवा ध्वज आणि गीता सोबत घेतली होती. [५१]

गोडसेने २ मे, १९४९ रोजी शिमला येथे पंजाब उच्च न्यायालयापुढे दाखल केलेल्या अर्जामध्ये गांधीजींवर ते सुहरावर्दींचा उल्लेख 'शाहीद साहिब' असा करायचे, नवी दिल्लीतील भंगी कॉलनी येथील हिंदू मंदिरामध्ये झालेल्या प्रार्थना सभेमध्ये त्यांनी कुराण पठण केले, इत्यादी आरोप केले होते:

> वर्षांनुवर्षे साठत असलेल्या रागाचा कळस त्यांच्या अखेरच्या मुस्लिमांसाठी केलेल्या उपोषणामध्ये झाला आणि अखेर गांधीजींचे अस्तित्व तातडीने संपवले पाहिजे, या निष्कर्षाप्रत मी येऊन पोहोचलो. आम्ही ज्या देशाला पूजनीय देवी मानतो, त्याचे काँग्रेसच्या आघाडीच्या नेत्यांनी गांधीजींच्या सहमतीने तुकडे केले, तेव्हा माझ्या मनात भयंकर संतापजनक विचारांची

---

[४९] तथैव, अनुक्रमे पृष्ठ क्र. २१७, १३.

[५०] सुनावणीवेळी गोडसेचा जबाब, घोष, *दि गांधी मर्डर ट्रायल*, पृष्ठ क्र. २९.

[५१] गोडसे, *गांधी वध और मैं*, पृष्ठ क्र. १०४.

> गर्दी झाली होती. गांधीजींच्या अनुपस्थितीत भारतीय राजकारण हे नक्कीच अधिक व्यावहारिक, विरोध करण्यास सक्षम आणि लष्करी दलांसह अधिक शक्तिशाली बनेल, असे मला वाटले. मी केलेल्या कृत्याचा अवलंब मी पूर्णपणे मानव जातीच्या हितासाठी केला आहे. ज्या व्यक्तीची धोरणे आणि कृतींमुळे लाखो हिंदूंचा छळ, विध्वंस आणि नाश झाला, अशा व्यक्तीवर मी गोळ्या झाडल्या, असे मी म्हणतो.[५२]

गांधीजी हे हिंदू संप्रदायवाद्यांचे लक्ष्य का होते? सर्वांपेक्षा त्यांच्यावरच भीती, राग, द्वेष, दरारा का केंद्रित झाला होता? त्यांच्याकडे मुस्लिमधार्जिणे म्हणून पाहिले जात होते, हे एक उत्तर आहे. दुसऱ्या पातळीवर ज्याच्याकडे *'रामराज्य'* म्हणून पाहिले जात होते ते गांधीजींचे *स्वराज* हा 'हिंदूराज्य' साकारण्यामधील प्रमुख अडथळा ठरेल, अशी भीती होती. 'मुस्लीम *राज*'च्या मागणीला हिंदू *राज* हे प्रत्युत्तर ठरू शकत होते आणि पाकिस्तानच्या मागणीला अखंड हिंदुस्थान. मात्र, रामराज्याच्या मागणीला काय प्रत्युत्तर देता येऊ शकले असते? हिंदूंना सर्वोत्तमतेच्या बरोबरीने आदर्श समाज असलेल्या रामराज्याचे आश्वासन मिळाले तर ते 'हिंदूराज'च्या पाठीशी का उभे राहतील? म्हणूनच हिंदुत्वाला वाहून घेतलेल्यांनी एका महान हिंदू व्यक्तीला लक्ष्य करण्याचा पराकोटीचा विरोधाभास घडला!

हिंदू महासभेच्या कार्यकर्त्यांकडून जाहीरपणे राष्ट्रीय नेत्यांवर हिंदूंच्या हितसंबंधांशी प्रतारणा केल्याचे आरोप करण्यात येत होते. त्यांनी नेहरू, पटेल आणि आझाद यांना फासावर चढवण्याच्या धमक्या दिल्या होत्या आणि महासभेच्या बैठकांमध्ये *'गांधी मुर्दाबाद'* ही घोषणा नित्याची बनली होती. राष्ट्रीय स्वयंसेवक संघाच्या वार्षिक सभेला ५०,००० स्वयंसेवक उपस्थित होते आणि या सभेमध्ये गोळवलकरांनी सरकारच्या भूमिकेचे वर्णन 'अभारतीय आणि सैतानी' असे केले होते, असा दिल्ली पोलिसांनी १८ डिसेंबर १९४७ रोजी

---

[५२] गोपाळदास खोसला, *दि मर्डर ऑफ महात्मा,* चॅटो अँड विंडस, लंडन, १९६३, पृष्ठ क्र. २४०–४२.

दिलेल्या गुप्तचर अहवालाचा गोषवारा होता. तत्पूर्वी, ८ डिसेंबर १९४७ रोजी २,५०० कार्यकर्त्यांच्या बैठकीत गोळवलकर म्हणाले होते:

> संघ पाकिस्तानला संपवेल आणि जर कोणी त्यांच्या मार्गात आडवे आले, तर त्यालाही संपवेल. 'मग ते नेहरू सरकार असो किंवा अन्य कोणतेही सरकार असो.' भारत ही त्यांनी राहण्याची जागा नाही, असे ते म्हणाले होते. त्यांच्याकडे (राष्ट्रीय स्वयंसेवक संघाकडे) त्यांच्या शत्रूंना लागलीच गप्प करू शकतील अशी साधने आहेत, असेही त्यांनी सांगितले.[५३]

दिल्लीमध्ये २७ जानेवारी १९४८ रोजी झालेल्या बैठकीत महासभेचे नेते महंत दिग्विजय नाथ यांनी महात्मा गांधी आणि इतर हिंदूविरोधी घटकांना पाकिस्तानला पाठवून द्या, असे उपस्थितांना बजावून सांगितले होते.[५४] गोडसेचे वृत्तपत्र *अग्रणीने* लिहिले होते:

> आपल्याच समाजाचा विश्वासघात करणाऱ्या या बनियाने रक्ताचे अनेक पाट वाहिल्यानंतरही या राक्षसी आक्रमकांची रक्ताची तहान भागवण्यासाठी नवनवीन साधनांच्या योजना आखाव्यात, इतके हिंदू लोकांचे रक्त कवडीमोल आहे, असे सत्तांध झालेला सुलतान समजतो का?[५५]

या वृत्तपत्राने त्यापुढे जाऊन त्यांना आत्मसन्मान राखायचा असेल, तर त्यांनी आत्महत्या करावी, नाहीतर भारतीय राजकारणाला अलविदा करावा, असा सल्ला दिला होता.

हिंदू राष्ट्रच्या ९ जुलै १९४७ च्या अंकात निक्षून सांगितले होते:

> मातृभूमीची चिरफाड करण्यात आली आणि गिधाडांनी (तिचे) लचके

---

[५३] कपूर आयोग अहवाल, प्रकरण एकोणिसावे, पृष्ठ क्र.६६. (लेखकांकडून भर)

[५४] तथैव.

[५५] *अग्रणी* १२ एप्रिल १९४७, तथैव पृष्ठ क्र. ६९.

> तोडले, हिंदू (शब्दशः आर्य) महिलांचा भररस्त्यावर चारित्र्यभंग करण्यात आला, सर्व काही लुटले गेले आणि आपल्या स्वतःच्या पत्नीवर झालेले अत्याचार पाहणारे काँग्रेस पक्षाचे आघाडीचे षंढ नेते आता तुमच्यावर गुरगुरत आहेत. हे कोणी किती काळ सहन करेल? आणि जर या यातना सवयीच्याच होणार असतील, तर काळ्या पाण्याच्या शिक्षेत याहून काय अधिक वेदना असणार आहेत?[५६]

काळ्या पाण्याची शिक्षा ही सर्वसाधारणपणे खुनासाठी दिली जात असल्यामुळे, हे विधान म्हणजे हत्येची शक्य तितकी स्पष्ट जाहीर वाच्यता होती.

भाषणांचा सूर जर निंदेचा नसेल, तर थट्टेचा आणि बोचरा उपरोधिक असायचा. ज्यांना अखंड हिंदुस्थानासाठी प्राण देण्याची इच्छा आहे, त्यांना सावधानतेचा इशारा दिल्यानंतर '*हिंदू राष्ट्र*'मध्ये त्याने 'हे बलिदान चुकीच्या जागी न करण्याचीही' गळ घालण्यात आली होती. राष्ट्रीय नेत्यांचा स्पष्ट संदर्भ देत त्यात म्हटले होते, 'हे अडथळे काढून टाका भारतीय शौर्याचा महापूर अल्पावधीतच संपूर्ण भारताला जोडून एक बनवेल.' त्यापुढील वाक्य उपरोधिक होते, 'अर्थात हे सर्व निवडणूक, बैठका, प्रचार इत्यादी शांततापूर्ण मार्गांनी (करायवयाचे आहे). आम्ही आणखी काय सांगू शकतो?'[५७]

लक्षणीयरीत्या, याच वृत्तपत्राने हे त्याच्या सहा दिवस आधी लिहिले होते, 'जोपर्यंत गांधीजी वरीलप्रमाणे राष्ट्रविरोधी आणि भयानक विधाने करत आहेत, तोपर्यंत भारत सरकारने त्यांच्या संरक्षणासाठी अधिक सशस्त्र सैनिक तैनात करावेत, अशी आम्ही विनंती करतो.'[५८]

'अद्याप धार्मिक संबंध अजिबात सुरळीत नसल्याच्या पार्श्वभूमीवर अशा प्रकारचा प्रचार सुरू ठेवला जाऊ दिला, तर त्यामुळे प्रांतामध्ये गंभीर धार्मिक समस्या निर्माण होऊ शकते', असा इशारा बिहारच्या मुख्यमंत्र्यांनी सप्टेंबर

---

[५६] कपूर आयोग अहवाल, पृष्ठ क्र. ७१.

[५७] ७ सप्टेंबर १९४७, तथैव, पृष्ठ क्र. ७२.

[५८] २४ जानेवारी १९४८, तथैव, पृष्ठ क्र. ७२.

१९४७ मध्ये दिला होता.^{५९} नेहरूंनी २८ जानेवारी १९४८ रोजी श्यामा प्रसाद मुखर्जी यांच्याकडे महासभेच्या नेत्यांची भाषणे 'आत्यंतिक विषारी आहेत... त्यांनी अद्याप सीमा ओलांडलेली नसली, तरी ती त्या सीमेपर्यंत पोहोचत आहेत, याची मला चिंता वाटते', अशी तक्रार केली होती.^{६०} जानेवारी १९४८ मध्ये त्यांनी पटेल यांना लिहिले होते, 'हिंदू महासभा आणि राष्ट्रीय स्वयंसेवक संघ यांचा दृष्टिकोन आणि भूमिका पाहता त्यांच्याविषयी तटस्थ राहणे अधिकाधिक कठीण बनले आहे.'^{६१} त्यांनी बिहारच्या तत्कालीन मुख्यमंत्र्यांना, 'हिंदू महासभेची भाषणे अधिकाधिक असहिष्णू व आक्षेपार्ह होत चालली आहेत आणि हा संभाव्य धोका टाळण्यासाठी काहीतरी केले पाहिजे', असे सांगितले होते.^{६२}

हिंदू सांप्रदायिक गटांच्या प्रचारानुसार पाकिस्तानला ५५ कोटी रुपये देणे (१ कोटी म्हणजे दहा दशलक्ष) हा भारत सरकार विकले गेल्याचा, सरकारच्या प्रतारणेचा अंतिम पुरावा होता. भारतीय प्रदेशातील स्थावर मालमत्तांमधील पाकिस्तानच्या वाट्याबद्दल त्यांना आर्थिक नुकसानभरपाई म्हणून ५५ कोटी रुपये इतकी रक्कम देण्यास भारत सरकारने संमती दिली होती. भारत सरकारची अडचण अशी होती की काश्मीरमध्ये भारत आणि पाकिस्तान एक छोटे युद्ध लढत होते आणि या टप्प्यावर पाकिस्तानला पैसे देणे म्हणजे भारताविरुद्धच्या युद्धासाठी पाकिस्तानला अर्थपुरवठा करणे ठरणार होते. पाकिस्तानच्या बाजूने जाहीररीत्या भारत सरकारवर दिलेल्या वचनापासून फारकत घेतल्याचा आरोप करून तातडीने पैसे देण्यासाठी सरकारवर दबाव टाकण्यात येत होता.

---

^{५९} राजेंद्र प्रसाद यांना लिहिलेले पत्र, ३ सप्टेंबर १९४७, *आर. पी. पेपर्स*, २४-सी/१९४०-७, स्तंभ २, अनुक्रमांक १५५, भारतीय राष्ट्रीय पुराभिलेखागार.

^{६०} जेएनएसडब्ल्यू, द्वितीय मालिका, खंड पाचवा, पृष्ठ क्र. ३०.

^{६१} तथैव, पृष्ठ क्र. २१.

^{६२} तथैव, पृष्ठ क्र. ३०.

याला प्रतिसाद म्हणून गांधींनी एकीकडे भारत सरकारने दिलेल्या वचनाचा सन्मान करावा आणि दुसरीकडे हिंदू आणि मुस्लिमांनी शरम वाटून एकत्र यावे, यासाठी १३ जानेवारी १९४८ रोजी उपोषणावर जाण्याचा निर्णय घेतला. नेहरू आणि पटेलांच्या नेतृत्वाखालील भारतीय सरकार आणि गांधीजींचे सहकारी व अनुयायी यांना मग डावपेचांसाठी फारशी जागा उरली नाही आणि भारताने ठरवलेली रक्कम पाकिस्तानला दिली.[६३]

राष्ट्रीय नेतृत्वाला राष्ट्रविरोधी म्हणून धारेवर धरण्यासाठी याहून चांगल्या संधीची हिंदू संप्रदायवाद्यांनी क्वचितच अपेक्षा केली असेल! ५५ कोटी रुपये देण्याच्या सरकारच्या निर्णयाचा परिणाम म्हणून देशभरात सर्वत्र प्रचंड संताप उसळला असल्याचे जाहीर निवेदन (दिल्लीतील हिंदूंनी त्यांच्या मुस्लीम शेजाऱ्यांसोबत गुण्यागोविंदाने राहण्याची सातकलमी प्रतिज्ञा घेण्यास प्रतिसाद म्हणून गांधींनी उपोषण मागे घेतल्याच्या दुसऱ्या दिवशीच हे निवेदन करण्यात आले होते.) हिंदू महासभेच्या सरचिटणिसांनी प्रसिद्ध केले होते.[६४]

या उपोषणाने मदन लाल पाहवा यांच्यासाठी 'गांधीजी केवळ मुस्लिमांचा अनुनय करत आहेत', हा निष्कर्ष सिद्ध केला. दिल्लीतील हिंदूंना देण्यात आलेल्या प्रतिज्ञेमुळे तो चिडला होता आणि जवाहरलाल नेहरू व जयप्रकाश नारायण यांनी संबोधित केलेल्या सब्जीमंडी येथील जाहीर सभेमध्ये त्याने गोंधळ घालण्याचा प्रयत्न केला होता. त्याला पोलिसांनी तिथून बाहेर काढले.[६५] गोडसेने त्याच्या सुनावणीदरम्यान गांधीजींची उपोषण हे निर्णायक ठरल्याचे सांगितले होते, 'मी त्यामुळे माझ्या भावनांवरील सर्व नियंत्रण गमावून बसलो.'[६६]

[६३] गांधी यांच्या उपोषणाच्या आधी आणि नंतरची भारत सरकारची भूमिका जाणून घेण्यासाठी पहा *महात्मा गांधी: कलेक्टेड वर्क्स* (एमजीसीडब्ल्यू) या पुस्तकाचे परिशिष्ट, खंड ९०, १९८४, प्रकाशन विभाग, माहिती व प्रसारण मंत्रालय, भारत सरकार, नवी दिल्ली, पृष्ठ क्र. ५००-५६. त्याचप्रमाणे पहा प्यारेलाल, *लास्टफेज*, पृष्ठ क्र. ७११.

[६४] घोष, *दि गांधी मर्डर ट्रायल*, पृष्ठ क्र. १५.

[६५] तथैव, पृष्ठ क्र. १३७.

[६६] तथैव, पृष्ठ क्र. २१७.

गांधीजींना हल्ल्याचे लक्ष्य बनवण्यात आले. नवी दिल्लीतील बिर्ला हाउस येथील त्यांच्या निवासस्थानी निदर्शने करण्यात आली. २० जानेवारी १९४८ रोजी गांधीजींच्या हत्येचा अयशस्वी प्रयत्न झाला होता. ३० जानेवारी रोजी मारेकऱ्याने कोणतीही चूक केली नाही. गांधीजींना गोळ्या घालून मारण्यात आले.

भारताच्या राष्ट्रस्वरूपाला धोका

फाळणीनंतरच्या महिन्यांमध्ये हिंदू संप्रदायवाद्यांची कृत्ये आणि प्रचार, ज्याची परिणती गांधीजींच्या हत्येमध्ये झाली, हे केवळ कायदा व सुव्यवस्थेसाठी धोकादायक नव्हते. त्यांनी *भारतीय राष्ट्र म्हणून असलेल्या मूळ स्वरूपाला आव्हान* निर्माण केले होते. ४ फेब्रुवारी रोजी राष्ट्रीय स्वयंसेवक संघाला बेकायदा म्हणून घोषित करणाऱ्या सरकारी परिपत्रकामध्ये म्हटले होते:

> देशातील विविध भागांमध्ये राष्ट्रीय स्वयंसेवक संघाच्या विशिष्ट सदस्यांनी जाळपोळ, लुटमार, दरोडे आणि खून यांसारखी हिंसाचाराची कृत्ये केल्याचे आणि अनधिकृतरीत्या शस्त्रास्त्रे जमवल्याचे आढळून आले आहे. ते लोकांना दहशतवादी मार्गांचा अवलंब करण्यास, दारूगोळा जमवण्यास, सरकारविरुद्ध तुच्छता निर्माण करण्यास आणि पोलीस व लष्कराला आपल्याकडे वळवण्यास सांगणारी पत्रके वाटत असल्याचेही आढळून आले आहे.[६७]

राष्ट्रीय स्वयंसेवक संघाच्या नेत्यांनी १९४७-४८ मध्ये आपले केवळ हिंदुत्वाच्या संरक्षणास समर्थन असून मुस्लिमांना मारण्यास नाही, असे गांधीजींना पटवून देण्याचा प्रयत्न केला होता. मात्र, गांधीजींनी त्यांचे म्हणणे ऐकण्यास नकार दिला.[६८] या बैठकीस उपस्थित असणाऱ्या एका गांधीवादी कार्यकर्त्याने वायव्य सरहद्द प्रांतातील (एनडब्ल्यूएफपी) वाह येथील निर्वासितांच्या

---

६७ गोयल, *'राष्ट्रीय स्वयंसेवक संघ'* या पुस्तकाच्या तिसऱ्या परिशिष्टातील मजकुरातून उद्धृत, पृष्ठ क्र. २५१.

६८ तथैव, पृष्ठ क्र. २०८.

छावणीमध्ये राष्ट्रीय स्वयंसेवक संघाने केलेल्या चांगल्या कामाची प्रशंसा केली, तेव्हा गांधीजींनी 'मात्र, हिटलरच्या नाझींनी आणि मुसोलिनीच्या नेतृत्वाखालील फॅसिस्टांनीही असे काम केले होते, हे विसरू नका', अशी टिप्पणी केली होती.[६९]

पटेल यांनी 'राष्ट्रीय स्वयंसेवक संघाची कृत्ये स्पष्टपणे सरकार आणि राष्ट्राच्या अस्तित्वास धोकादायक ठरत आहेत', हे श्यामा प्रसाद मुखर्जींच्या निदर्शनास आणून दिले होते.[७०]

नेहरूंना अगोदरच याची जाणीव झाली होती. त्यांनी राष्ट्रीय स्वयंसेवक संघाचे वर्णन 'ही केवळ हानिकारक आणि धोकादायक संघटना नसून ती सर्वार्थाने शब्दशः समाज सत्ताविरोधी (फॅसिस्ट) आहे', असे केले होते.[७१] त्यांनी ७ डिसेंबर १९४७ रोजी मुख्यमंत्र्यांना उद्देशून लिहिलेल्या पाक्षिक पत्रामध्ये राष्ट्रीय स्वयंसेवक संघामुळे निर्माण झालेल्या धोक्याचे विस्ताराने विवेचन केले आहे: 'राष्ट्रीय स्वयंसेवक संघ ही अशी संघटना आहे, जिचे स्वरूप हे खासगी लष्कराचे आहे आणि तिची निश्चितपणे अत्यंत कडव्या नाझी पथावरून वाटचाल सुरू आहे.'[७२]

आपण भयंकर किंमत मोजून आपला धडा शिकलेलो आहोत आणि संप्रदायवादाचा हा राक्षस आपले कुरूप डोके पुन्हा वर काढणार नाही, यासाठी शक्य ते सर्व काही करण्याची काळजी घ्या, अशी सूचना त्यांनी जनतेला केली होती. 'आपण एकमेकांना धरून राहिले पाहिजे आणि आपल्या युगातील सर्वांत महान व्यक्तीला मारणाऱ्या या संप्रदायवादाच्या भयानक विषाशी लढले पाहिजे.'[७३]

---

[६९] प्यारेलाल, *लास्टफेज*, पृष्ठ क्र. ४४०, गोयलयांच्या *'राष्ट्रीय स्वयंसेवक संघ'* या पुस्तकातून उद्धृत, पृष्ठ क्र. २०८.

[७०] १८ जुलै १९४८, *सरदार पटेल कॉरस्पॉन्डन्स*, खंड सहावा, पृष्ठ क्र. ३२३.

[७१] कंवर दिलीप सिंह यांना पाठवलेले पत्र, २१ नोव्हेंबर १९४७, *जेएनएसडब्ल्यू*, द्वितीय मालिका, खंड पाचवा, पृष्ठ क्र. ३३०.

[७२] तथैव, पृष्ठ क्र. ४६१.

[७३] नेहरूंचे मुख्यमंत्र्यांना पत्र, ५ फेब्रुवारी १९४८, तथैव, पृष्ठ क्र. ३१२-१३.

गांधीजींच्या हत्येबाबत पश्चात्तापाचा अभाव

हिंदू सांप्रदायिक विचारसरणीबद्दल सहानुभूती बाळगणाऱ्यांना गांधीजींच्या हत्येने हादरवून सोडले. गांधीजींच्या एका निकटवर्तीयाने लिहिले होते:

> बरेच महिने संपूर्ण भारतातील मुस्लीम अल्पसंख्याक समाज हा त्रासापासून सुरक्षित राहिला. राष्ट्रीय स्वयंसेवक संघाने गांधीजींना संपवून देशाला आवश्यक असलेला धक्का दिला होता. जे रागाच्या भरात गांधीजींवर टीका करत होते, त्यांना आता आपल्या खुज्या दृष्टीच्या रागाचे दुःखद परिणाम दिसले होते. गांधीजी बरोबर होते, हे त्यांना कळून चुकले.[७४]

राष्ट्रीय स्वयंसेवक संघ आणि हिंदू महासभेला मात्र असे वाटत नव्हते. दोन चुकीच्या गोष्टींमधून एक बरोबर गोष्ट कधीच घडत नसते, हे विसरून जे लोक जुन्या ऐतिहासिक चुका बरोबर ठरवण्याचा प्रयत्न करत आहेत,[७५] त्यांनी गांधी हत्येच्या कृत्याचे प्रायश्चित्त घेणे तर सोडाच, पण त्याबद्दल कधी पश्चात्तापही व्यक्त केला नाही.[७६] 'राष्ट्रीय स्वयंसेवक संघ गांधीजींच्या हत्येचा निषेध करतो', असे साधे विधानही कधी समोर आले नाही. समोरच्या पक्षाच्या युक्तिवादातील फटींकडे बोट दाखवून त्यांनी या कृत्याचे समर्थन करणे सुरू ठेवले आहे.[७७]

गोडसेचे उदात्तीकरण, गांधीजींची बदनामी आणि सावरकरांचे निवडकपणे क्रांतिकारक म्हणून स्मरण करणे सुरूच आहे.

मुंबईच्या दादर या उपनगरामधील पाटील मारुती मंदिर येथील सभागृहात १९ नोव्हेंबर १९९३ रोजी सभा घेण्यात आली. गांधीजींचा मारेकरी नथुराम

---

[७४] होरास अलेक्झांडर, *गांधी थ्रू वेस्टर्न आइज*, न्यू सोसायटी, फिलाडेल्फिया, १९६९ [१९८४], पृष्ठ क्र. १७५.

[७५] ते दावा करतात, त्याप्रमाणे बाबरी मशिदीचा पाडाव हीसुद्धा अशीच एक ऐतिहासिक चूक होती.

[७६] इतर पक्षांची वेळ येते, तेव्हा दिलगिरीची मागणी करण्यास ते तत्पर असतात–उदाहरणार्थ–ऑपरेशन ब्लू स्टारसाठी काँग्रेसकडून दिलगिरीची मागणी.

[७७] गोयल, *राष्ट्रीय स्वयंसेवक संघ*, पृष्ठ क्र. १९४.

गोडसे याच्या सन्मानार्थ हा कार्यक्रम आयोजित करण्यात आला होता. गांधी हत्येचा कट रचल्याच्या प्रकरणामध्ये आरोपींपैकी एक असलेले आणि नथुरामचे कनिष्ठ बंधू गोपाळ गोडसे यांनी नथुरामची पाकिस्तानला समाविष्ट करून *अखंड भारत* निर्माण करण्याची आणि त्याला हिंदू राष्ट्र बनवण्याची इच्छा वाचून दाखवली. त्यापाठोपाठ संस्कृतमध्ये असलेल्या या ओळी उपस्थित श्रोत्यांनी भक्तिभावाने, ते एखादी शपथ घेत असल्याप्रमाणे म्हटल्या.

या कार्यक्रमातील भाषणेही द्वेष, धर्मांधता आणि उदात्तीकरणाने भरलेली होती—गांधीजींबद्दलचा द्वेष होता, नथुराम गोडसेसाठी कौतुक होते आणि शिवसेनेचे नेते बाळ ठाकरेंनाही मागे टाकेल, असा धार्मिक विखार होता. एस. जी. शेवडे हे या कार्यक्रमातील वक्त्यांपैकी एक होते. संकेश्वरच्या शंकराचार्यांनी त्यांचा *धर्मभूषण* म्हणून गौरव केला होता. गांधीजींच्या हत्येबद्दल शेवडे यांनी केलेल्या कौतुकाला खूप दाद मिळाली.

'पाकिस्तानला हिंदू राष्ट्रात आणून सिंधू नदीला मुक्त करण्याच्या कार्यासाठी सढळ हस्ते मदत करावी', असे आवाहन गोपाळ गोडसेंनी श्रोत्यांना केले.[७८] वेद आणि उपनिषदे ही सिंधू नदीच्या काठावर रचण्यात आल्यामुळे ही नदी हिंदूंसाठी पवित्र आहे, असे स्पष्टीकरण गोडसे यांनी दिले. याशिवाय नथुराम गोडसे नेत्याच्या अस्थी केवळ सिंधू नदीमध्येच विसर्जित केल्या जाव्यात, अशी इच्छा व्यक्त केली होती. अन्य सर्व नद्या या गांधीजींच्या अस्थिंनी प्रदूषित झाल्या आहेत, असे तो कारागृहात म्हणाला होता.

गांधीजींचे वर्णन भारताचे नाही, तर पाकिस्तानचे राष्ट्रपिता असे करण्यात आले. गांधीजींच्या हत्येला सर्व वक्त्यांकडून *'वध'* असे संबोधण्यात आले. पुराणांमध्ये असुरांना संपवण्यासाठी हा शब्द वापरण्यात आला आहे. गांधींजींना देशद्रोही म्हणण्यात आले, तर नथुराम गोडसेचा राष्ट्रनायक म्हणून गौरवपूर्ण उल्लेख करण्यात आला. त्याने गांधीजींना मारून भारताला आणखी एका

---

[७८] *दि टाइम्स ऑफ इंडिया*, २० नोव्हेंबर १९९३.

फाळणीपासून वाचवले, असेही सांगितले गेले. अन्यथा हैदराबादच्या निझामाच्या योजनेनुसार भारताच्या काही भागांपासून आणखी एक मुस्लीम राष्ट्र तयार करण्यात आले असते आणि या योजनेस गांधीजींचा कथित पाठिंबा असल्याचा आरोप होता.

गांधीजींचे वर्णन 'निष्पाप हिंदूंच्या रक्ताने ज्यांचे हात माखले होते, असे दुराग्रही व रक्तपिपासू', असा करण्यात आला होता.[७९] एका वक्त्याने तर निष्पाप हिंदूंच्या कत्तली थांबवण्याचा एकमेव मार्ग हा निष्पाप मुस्लिमांच्या कत्तली करण्याचा आहे, असे जाहीर केले.

अन्य नेत्यांनीही अशाच भावना व्यक्त केल्या आहेत. १६ मे १९९१ रोजी बाळ ठाकरे पुण्यामध्ये म्हणाले होते, 'आम्हाला नथुरामचा अभिमान वाटतो. त्याने देशाला दुसऱ्या फाळणीपासून वाचवले.'[८०]

केंद्रामध्ये २००२ साली भाजपप्रणित राष्ट्रीय लोकशाही आघाडीचे सरकार असताना एका मोठ्या वृत्तपत्राने 'ब्रिटनमधील संघ परिवाराने आज "गोडसेचा दृष्टिकोन व कृती यांचा पुरस्कार करण्याचा" आणि प्रत्येक राष्ट्रविरोधी मुल्ला-कौमीला आव्हान देण्याचा निर्धार करत भारताचा स्वातंत्र्यदिन साजरा केला', असे वृत्त दिले होते.[८१]

नुरानी यांचा कट्टर हिंदू कार्यकर्ते आणि तत्कालीन उपपंतप्रधान एल. के. आडवाणी यांचे निकटवर्तीय समजले जाणारे संघपरिवाराचे सदस्य बिपीन पटेल यांच्याशी झालेल्या ई-मेल व्यवहारादरम्यान, पटेल यांनी दिलेला इशारा नुरानी यांच्या शब्दांत उद्धृत करायचा झाल्यास:

> ...रक्ताच्या प्रत्येक थेंबाचा सूड घेण्याची गरज आहे. आणि आम्ही कोणत्याही परिस्थितीत सज्ज आहोत... आम्हाला गांधींमध्ये तथ्य दिसते,

---

[७९] तथैव.

[८०] *दि टाइम्स ऑफ इंडिया* १८ मे १९९१, नुरानी यांच्या *'सावरकर अँड हिंदुत्व'* या पुस्तकातून उद्धृत, पृष्ठ क्र. १०.

[८१] *दि हिंदू* १६ ऑगस्ट २००२, उपरोल्लेखित स्त्रोतातून उद्धृत, पृष्ठ क्र. ९.

मात्र केवळ धर्मशास्त्र प्रेरित दहशतवाद्यांना यमसदनी धाडल्यांतरच. जोपर्यंत हे ध्येय साध्य होत नाही, तोपर्यंत आम्ही गोडसेंचा दृष्टिकोन व कृती यांचा पुरस्कार करू. आणि दरम्यानच्या काळात गांधी आपल्या मार्गात अडथळे निर्माण करू लागले, तर त्या गांधींना मार्गातून बाजूला काढणे गरजेचे आहे.[८२]

गोडसेचे उदात्तीकरण करण्याचे अलीकडच्या वर्षांमधील आणखी एक उदाहरण म्हणजे गोडसेचे पात्र सहानुभूतीपूर्वक उभे करणारे प्रदीप दळवींचे मराठी नाटक. काँग्रेस सरकारच्या काळात या नाटकाच्या प्रयोगांना परवानगी नाकारण्यात आली होती. महाराष्ट्रात शिवसेना-भाजप सरकारच्या काळात नाटकाच्या प्रयोगांना परवानगी देण्यात आली.

संसदेमध्ये २००३ मध्ये झालेले सावरकरांच्या तैलचित्राचे अनावरण हा बहुधा या सर्वांवरचा कळस होता. आपल्या काळातील सर्वांत उत्तुंग व्यक्तिमत्त्वाच्या स्मृतींच्या केलेल्या या अपमानाविरुद्ध व्यापक आंदोलन होऊनही भाजप सरकारच्या आदेशानुसार हे तैलचित्र बसवण्यात आले. या अपमानात भर म्हणूनच की काय, ते तैलचित्र गांधीजींच्या तैलचित्रासमोर बसवण्यात आले.

गांधीजींच्या हत्येनंतर सुमारे चाळीस वर्षे राष्ट्रीय स्वयंसेवक संघ आणि जनसंघ–भाजपच्या गोटातून सावरकरांविषयी मौन का बाळगण्यात येत होते, हा प्रश्न उपस्थित करणे अर्थातच रास्त आहे. जनमानसामध्ये सावरकरांचा संबंध गांधीजींच्या हत्येशी जोडला गेलेला असल्यामुळे सावरकरांचा उल्लेख करणे राजकीयदृष्ट्या आत्महत्या ठरली असती आणि आता याला बराच काळ लोटला असल्याने जनतेची स्मृती तोकडी असून सावरकरांचे पुनरुत्थान करता येऊ शकेल, अशी समजूत करून घेणे शक्य असल्यामुळे हे झाले का? त्याचप्रमाणे, नव्या आक्रमक टप्प्याचा एक भाग म्हणून जाहीरपणे 'हिंदुत्वा'वर

---

८२ तथैव.

जोर दिला जात असताना या संकल्पनेच्या मूळनिर्मात्याकडे दुर्लक्ष करणे अवघड होते. त्याहीपुढे जाऊन स्वत: 'राष्ट्रवादी' असल्याचा दावा करणाऱ्या पक्षाकडे खूप कमी स्वातंत्र्य सैनिक असणे, हे काहीसे लाजिरवाणे आहे. म्हणूनच राष्ट्रवादी प्रतीके शोधण्याच्या हातघाईच्या प्रयत्नात सावरकरांना या चौकटीत बसवण्याचा प्रयत्न केला जात आहे.

सावरकरांना महात्मा गांधींच्या रक्ताने ज्यांचे हात माखले, त्या माणसांपैकी एक म्हणून लक्षात न ठेवता, अंदमानातील क्रांतिकारक व स्वातंत्र्यवीर म्हणून त्यांचे स्मरण करून त्यांच्या संप्रदायवादावर राष्ट्रवादी झूल चढवण्यात येत आहे. सावरकरांनी अंदमानामध्ये वारंवार क्षमायाचना करून क्रांतिकारकांची प्रतिष्ठा घालवली होती आणि त्यांच्या सुटकेनंतर कधीही त्यांनी कोणत्याही राष्ट्रवादी कार्यामध्ये सहभाग घेतला नाही, ही गोष्ट विस्मृतीत जाते. त्यांनी दौऱ्यावर आलेले ब्रिटिश अधिकारी सर रेगिनाल्ड क्रॅडॉक यांच्यापुढे सुटकेसाठी याचिका दाखल करून ब्रिटिश सरकारशी एकनिष्ठ राहण्याची तयारी दर्शवली होती:

> सरकार जर त्यांच्या बहुपरोपकारी औदार्य आणि अनुकंपेमुळे माझी सुटका करणार असेल, तर मी इंग्लिश सरकारच्या संवैधानिक प्रगतीचा आणि त्या प्रगतीसाठी सर्वांत महत्त्वाची अट असलेल्या सरकार प्रतिनिष्ठेचा सर्वांत भक्कम पुरस्कर्ता बनू शकेन. माझे हे परिवर्तन सदसद्विवेकबुद्धीशी प्रामाणिक असून माझे भविष्यातील आचरणही तसेच असेल, अशी मला आशा असल्याकारणाने *सरकारच्या इच्छेनुसार कोणत्याही प्रकारे त्यांची सेवा करण्यास मी तयार आहे*. केवळ पराक्रमी माणसालाच दयाळू राहणे परवडू शकते आणि म्हणूनच वडीलधाऱ्या सरकारची दारे ठोठावण्यावाचून वाट चुकलेला मुलगा दुसरीकडे कुठे परतू शकतो?[८३]

---

[८३] भारत सरकार, गृह (राजकीय) विभाग, फेब्रुवारी १९१५, क्र. ६८-१६०, सताद्रू सेन यांच्या *डिसिप्लिनिंग पनिशमेंट: कॉलोनि ॲलिझम अँड कन्व्हिक्ट सोसायटी इन दि अंदमान आयलंड्स*, ऑक्सफर्ड युनिव्हर्सिटी प्रेस, नवी दिल्ली, २०००, पृष्ठ क्र. २७१ (लेखकांकडून भर).

त्यामुळे मग आपल्यासमोर जे आहेत, ते राष्ट्रीय भूतकाळाचे पैलू सांप्रदायिक विचारसरणी आणि आचरणाशी सुसंगत ठेवण्यासाठी पुनरुज्जीवित, पुनर्रचित आणि मोडतोड करण्यात आलेले आहेत. गांधीजी हे *देशद्रोही* बनत असून गोडसे हा राष्ट्रीय नायक बनतो आहे. आपल्या इतिहासाच्या सांप्रदायिक पुनर्लेखनामध्ये गांधीजींची *शहादत* (हौतात्म्य) हा *असुरवध* (राक्षसाची हत्या) बनत आहे. एकीकडे गांधीजींचा *स्वदेशी* राष्ट्रवाद आणि *रामराज्याचा* दृष्टांत वापरतानाच (आणि त्याच्या प्रक्रियेचे विडंबन करताना) दुसरीकडे हे सर्व केले जात आहे.

विपर्यास पूर्ण झाला आहे. त्याला आव्हान द्यावेच लागेल.

भाग ३

हिंदू सांप्रदायिक प्रकल्पाचा वैचारिक मूलाधार

हिंदू सांप्रदायिक शक्तींच्या चर्चेमधील किंवा त्यांनी चढवलेल्या वैचारिक रंगरंगोटीमधील सर्वांत महत्त्वाचे घटक कोणते होते? महात्मा गांधींचे खरे मारेकरी कोण होते? हिंदू हितसंबंधांच्या प्रचाराचा अर्थ एका 'सर्वांत महान हिंदू' माणसाला बाजूला करावे, असा का होत गेला? सावरकर आणि गोळवलकर यांच्यासारख्या सुरुवातीच्या प्रमुख विचारवंतांनी तयार केलेल्या वैचारिक चौकटीकडे बारकाईने पाहिल्यास गोडसे व त्याच्या साथीदारांनी केवळ या चौकटीला तार्किक निष्कर्षापर्यंत पोहचवले, हे स्पष्ट होते. हिंदुत्वाची संकल्पना, भारत हा केवळ हिंदूंचा प्रदेश आहे आणि मुस्लीम हे शत्रू, राष्ट्रविरोधी आणि देशद्रोही आहेत हे समज, भारतीय राष्ट्रवादाला हिंदू राष्ट्रवादापर्यंत खाली घेऊन येणे, काँग्रेसला हिंदूविरोधी ठरवणे आणि गांधीजींविरुद्ध द्वेष निर्माण करणे हे सारे या विचारवंतांच्या लेखनांमध्ये सापडते.

राष्ट्राच्या मूळ संकल्पनेमध्ये, त्याच्या नावापासूनच सांप्रदायिक पक्षपाताची ओळख करून देण्यात आली आहे. उदाहरणार्थ, सावकरांनी याची व्याख्या खालीलप्रमाणे केली आहे:

जो प्रदेश सिंधू नदीपासून दक्षिणेकडील समुद्रापर्यंत विस्तारलेला आहे, तो हिंदुस्थान आहे. हा हिंदूंचा प्रदेश आहे आणि आम्ही हिंदू हेच याचे मालक असणारे 'राष्ट्र' आहोत. तुम्ही जर याला भारतीय राष्ट्र म्हणणार असाल, तर तो केवळ हिंदू राष्ट्रासाठी वापरला जाणारा इंग्रजी समानार्थी

शब्द आहे. आमच्यासाठी, हिंदू, हिंदुस्थान आणि भारत ही एकसमान गोष्ट आहे.[१]

गोळवलकरांनीही याच संकल्पनेचा पुनरुच्चार केला आहे, '...हिंदुस्थान, या हिंदूंच्या प्रदेशामध्ये हिंदू राष्ट्र वसते आणि वसले पाहिजे... हिंदुस्तान हा हिंदूंचा प्रदेश आहे आणि ही केवळ हिंदू राष्ट्राच्या भरभराटीसाठीच असलेली भक्कम भूमी आहे...'[२]

सबब, देशाच्या मूळ व्याख्येमध्येच सांप्रदायिक धारणांची ओळख करून देण्यात आली आहे. हिंदुस्तान या शब्दामध्ये सर्वसामान्यपणे 'स्तान' या संज्ञेऐवजी 'स्थान' संज्ञेचा केला जाणारा वापर हासुद्धा सांप्रदायिक आहे, कारण भारतीय भाषांवर मानला जाणारा पर्शियन प्रभाव नाकारण्याचा तो एक मार्ग आहे. त्याचप्रमाणे, या प्रदेशावर हिंदूंचा एक प्रकारे मालकी हक्क आहे, ही हिंदू सांप्रदायिक विचारधारेतील खूप महत्त्वाची संकल्पना आहे. (आजच्या काळात ती ऐकायला कितीही जुनाट वाटत असली, तरी) कारण, अन्य धार्मिक समुदायाच्या लोकांना समान हक्क नाकारण्याचा तो पाया आहे.

किंबहुना, 'भारत हा हिंदूंचाच प्रदेश असला पाहिजे आणि तो हिंदूंसाठी आरक्षित असला पाहिजे', असे सावरकरांनी स्पष्टपणे म्हटले आहे.[३]

त्यांनी निःसंदिग्धपणे 'हिंदू हे आपल्या स्वतःच्या घरामध्ये, म्हणजेच हिंदुस्थानात, हिंदूंच्या प्रदेशात मालक असले पाहिजेत', असे ठाम विधान केले आहे.[४]

---

[१] वि. दा. सावरकर, अध्यक्षीय भाषण, नागपूरमधील अखिल भारतीय हिंदू महासभा, १९३८. हे भाषण 'वि. दा. सावरकर, *हिंदू राष्ट्र दर्शन: अध्यक्षीय भाषण संग्रह*', या लक्ष्मण गणेश खरे लिखित १९४९ साली प्रकाशित झालेल्या पुस्तकामध्ये पृष्ठ क्र. ६३–६४ वर उद्धृत केले आहे.

[२] एम. एस. गोळवलकर, *वी ऑर अवर नेशनहुड डिफाइन्ड*, चौथी आवृत्ती, नागपूर, १९४७. पृष्ठ क्र. ५२–५३.

[३] सावरकर, *हिंदू राष्ट्र दर्शन*. पृष्ठ क्र. ९२.

[४] तथैव. पृष्ठ क्र. ६३.

काही वेळा हिंदू सांप्रदायिक विचारवंतांकडून जरी 'हिंदू' ही संज्ञा देशाप्रति निष्ठा वाहणाऱ्या सर्वांसाठी आहे आणि हिंदुत्व हा केवळ भारतीयत्वाचा समानार्थी शब्द आहे', असा युक्तिवाद मांडला जात असला, तरी हे राष्ट्रीय स्वयंसेवक संघ आणि त्याच्या सहयोगी संघटना ज्यावर पोसल्या जातात, त्या नेहमीच्या दुटप्पी भूमिकेचेच एक उदाहरण आहे, हे उघड आहे. हिंदुत्व या संकल्पनेचे मूळ निर्माते असलेल्या सावरकरांनी कोण हिंदू असू शकतो, याविषयी निःसंदिग्ध भूमिका मांडली आहे (आणि हिंदुत्व हेच भारतीयत्वाला समानार्थी आहे): 'जी व्यक्ती सिंधू नदीपासून समुद्रापर्यंतच्या या भारतवर्ष प्रदेशाला आपली पितृभूमी मानते, त्याचप्रमाणे तिच्या धर्माचे उगमस्थान असलेल्या या प्रदेशाला पवित्र भूमी मानते, तीच हिंदू आहे.'[५]

> हिंदुत्वासाठी पुढील गोष्टी आवश्यक आहेत—समान राष्ट्र, समान वंश आणि समान संस्कृती. या सर्व गोष्टी एकत्रितपणे सारांशरूपाने सांगायच्या झाल्यास, ज्याच्यासाठी सिंधुस्थान ही केवळ *पितृभूच* नाही, तर *पुण्यभूही* आहे, तो हिंदू आहे, असे म्हणता येईल. हिंदुत्वासाठीच्या समान राष्ट्र आणि समान वंश व जाती या पहिल्या दोन आवश्यक बाबी *'पितृभू'* या शब्दामधून स्पष्टपणे व्यक्त आणि ध्वनित होतात, तर संस्कृती ही तिसरी आवश्यक बाब *'पुण्यभू'* या शब्दातून सर्वोत्तमरीत्या सूचित होते. कारण, *संस्कार* म्हणजेच प्रथा आणि परंपरा, उत्सव आणि विधी या सर्वांना सामावून घेणारी *संस्कृतीच* प्रामुख्याने एखाद्या प्रदेशाला पवित्र भूमी बनवत असते.'[६]

सावरकरांचे हे विधान विशेषकरून महत्त्वाचे आहे; कारण या त्यांच्या व्याख्येमधून मुस्लीम व ख्रिश्चनांना त्यांची पवित्रभूमी भारताबाहेर असल्यामुळे आपोआपच वगळण्यात आले आहे. याच व्याख्येमुळे हिंदू

---

[५] वि. दा. सावरकर, *हिंदुत्व: हू इज ए हिंदू?*, हिंदू साहित्य सदन, नवी दिल्ली, २००३ (प्रथम प्रकाशन १९२३) या पुस्तकाच्या मुखपृष्ठावर प्रामुख्याने हा मजकूर छापण्यात आला आहे.

[६] वि. दा. सावरकर, *हिंदुत्व: हू इज ए हिंदू?*, मुंबई, पाचवी आवृत्ती, १९६९, पृष्ठ क्र. ११६.

धर्मातून बाहेर पडलेल्या जैन, बौद्ध आणि शीख या व यांसारख्या धर्मांच्या सदस्यांनाही हिंदूंच्या बरोबरीने समाविष्ट करून घेणे शक्य होते. गोळवलकर यांनीही याच व्याख्येचा पुनरुच्चार केला असल्यामुळे संघाकडूनही तिची स्वीकारार्हता वाढली.

ज्यांची पवित्र भूमी भारताबाहेर होती, ते जर हिंदू राष्ट्राचा भाग बनू शकत नसतील, तर मग ते स्वतंत्र राष्ट्र होते का? मग भारतामध्येच दोन राष्ट्रे होती का? या प्रश्नाचे उत्तर सावरकर यांनी १९३७ साली हिंदू महासभेला उद्देशून केलेल्या अध्यक्षीय भाषणामध्ये दिले आहे: 'भारत हे आज एकात्म आणि एकसंध राष्ट्र मानले जाऊ शकत नाही. त्याउलट, आज भारतात मुख्य राष्ट्रामध्ये हिंदू आणि मुस्लीम ही दोन राष्ट्र अस्तित्वात आहेत.' त्यांनी हिंदू आणि मुस्लीम यांच्यातील शतकानुशतकांच्या सांस्कृतिक, धार्मिक आणि राष्ट्रीय शत्रुत्वाचे संदर्भ दिले आहेत. वरील विधाने त्यांच्या पुस्तकातील ज्या विभागामध्ये समाविष्ट करण्यात आली आहेत, त्याचे शीर्षक 'तसेही भारतात दोन शत्रुराष्ट्रे परस्परांशेजारी आहेत', असे आहे. भारत हे राष्ट्र नसून ते संघराज्याचे नाव आहे, जेथे ही दोन राष्ट्रे वसलेली आहेत. यामध्ये एके ठिकाणी त्यांनी 'ही दोन राष्ट्रे अशीच एका भारतीय संघराज्यामध्ये अस्तित्वात राहू शकतात, जेथे त्यांपैकी कोणत्याही राष्ट्राला विशेष स्थान किंवा प्रतिनिधित्त्व दिले जाणार नाही', असा विचारही मांडला आहे.[७]

सावरकर यांनी ही दोन राष्ट्रांच्या सिद्धान्ताची मांडणी जिनांच्याही आधी केली होती, याची नोंद घेणे महत्त्वाचे आहे. मुस्लीम लीगने केवळ १९३८ मध्ये पाकिस्तानची मागणी अवलंबली. लीगच्या मागणीवरील प्रतिक्रिया म्हणून कदाचित सावरकर यांनी १९३८ साली हिंदू महासभेला उद्देशून केलेल्या अध्यक्षीय भाषणामध्ये आपल्या मांडणीत बदल केला असण्याची शक्यता आहे. त्यांनी या भाषणात जोरदारपणे दोन राष्ट्रांची संकल्पना खोडून

---

[७] सावरकर, अध्यक्षीय भाषण, अखिल भारतीय हिंदू महासभा अधिवेशन, अहमदाबाद, १९३७. हे भाषण सावरकर यांच्या 'हिंदू राष्ट्र दर्शन' या पुस्तकामध्ये पृष्ठ क्र. २६ वर आहे.

काढली. किंबहुना, हिंदू आणि मुस्लीम यांच्यातील कोणतेही साम्य मूर्खपणाचे ठरवून निकालात काढण्यात आले. हिंदू हे केवळ समुदाय नसून ते राष्ट्र होते. अन्य धार्मिक गट (अल्पसंख्याक) हे मात्र समुदाय होते. 'भारतामध्ये आम्हाला समुदाय म्हणणे मूर्खपणाचे आहे. जर्मनीमध्ये जर्मन लोक हे राष्ट्र आहेत आणि ज्यू हा समुदाय आहे. तुर्कस्तानमध्ये तुर्क हे राष्ट्र आहेत आणि अरब किंवा अर्मेनियन अल्पसंख्याक हा समुदाय आहे. त्याचप्रमाणे हिंदू हे भारतामध्ये, हिंदुस्थानामध्ये राष्ट्र आहेत आणि मुस्लीम अल्पसंख्याक हा समुदाय आहे.८

बिगरहिंदूंप्रतिंचा दृष्टिकोन

गोळवलकरांच्या खालील विधानामध्ये बिगरहिंदूंप्रति बाळगावयाचा दृष्टिकोन स्पष्टपणे विशद करण्यात आला आहे:

...हिंदुस्थानातील बिगरहिंदू लोकांनी एकतर हिंदू संस्कृती व भाषा अंगीकारली पाहिजे, हिंदू धर्माचा आदर करण्यास आणि त्याविषयी पूज्यभाव बाळगण्यास शिकले पाहिजे, हिंदू वंश आणि संस्कृतीच्या उदात्तीकरणाची संकल्पना वगळता अन्य कोणत्याही कल्पनेला थारा देता कामा नये, म्हणजेच त्यांनी केवळ या प्रदेशाप्रति आणि येथील युगानुयुगांच्या परंपरांविषयीची त्यांची असहिष्णुता आणि कृतघ्न भावच सोडला पाहिजे असे नाही, तर त्याऐवजी प्रेम आणि श्रद्धेचा सकारात्मक दृष्टिकोनही अंगी बाणवला पाहिजे. एका वाक्यात सांगायचे झाल्यास, त्यांनी येथे परदेशी म्हणून राहणे थांबवले पाहिजे. अन्यथा, ते या देशात हिंदू राष्ट्रापेक्षा दुय्यम स्थानावर, कोणत्याही हक्कांवर दावा न करता, कोणत्याही विशेषाधिकारांसाठी पात्र न ठरता, कोणत्याही प्राधान्याच्या वर्तणुकीची—अगदी नागरी हक्कांचीही अपेक्षा न बाळगता राहू शकतात. त्यांना स्वीकारण्यासाठी अन्य कोणताही मार्गक्रम

---

८ सावरकर, अध्यक्षीय भाषण, अखिल भारतीय हिंदू महासभा अधिवेशन, नागपूर, १९३८, तथैव, पृष्ठ क्र. ६४.

नाही, किमानपक्षी नसला पाहिजे. आम्ही जुने राष्ट्र आहोत आणि ज्यांनी आमच्या देशात राहण्याचा पर्याय निवडला आहे, त्या परदेशी वंशांशी आम्हाला, ज्याप्रकारे जुन्या राष्ट्रांनी त्यांच्याशी व्यवहार करणे अपेक्षित आहे आणि ती करतात, तसेच व्यवहार करू दे.'[९]

गोळवलकरांना काय अभिप्रेत आहे, याविषयी काही शंका असल्यास त्यांनी पुढे ठोस उदाहरण दिले आहे:

जर्मनांचा वंशाभिमान हा सध्या चर्चेचा विषय बनला आहे. आपल्या वंशाची शुद्धता कायम ठेवण्यासाठी जर्मनीने जगाला धक्का देत आपल्या देशातून सेमिटिक वंशांची, म्हणजेच ज्यूंची सफाई केली आहे. येथे पराकोटीचा वंशाभिमान प्रकटलेला दिसतो. जे वंश आणि ज्या संस्कृती मूळापासूनच भिन्न आहेत, त्यांनी एकत्र येऊन संपूर्ण एकात्म होणे कसे जवळजवळ अशक्य आहेत, हेसुद्धा जर्मनीने दाखवून दिले आहे. हिंदुस्थानामध्ये वापरण्यासाठी हा शिकण्याजोगा आणि त्याचा फायदा करून घेण्याजोगा खूप चांगला धडा आहे.[१०]

आता यावर भाजप आणि आरएसएस तत्परतेने असे सांगतील की *'वी ऑर अवर: नेशनहुड डिफाइन्ड'* हे पुस्तक आता वितरणामधून मागे घेण्यात आले असल्याने संघटनेचे सध्याचे दृष्टिकोन त्यामध्ये प्रतिबिंबित होत नाहीत. त्यामुळे गोळवलकर यांच्या *'बंच ऑफ थॉट्स'* (१९६६) या पुस्तकातील त्यांची मते नमूद करणे सयुक्तिक ठरेल. कारण, हे पुस्तक अद्याप अमान्य करण्यात आलेले नाही. या पुस्तकात मुस्लीम आणि ख्रिश्चन यांचा संदर्भ देताना ते म्हणतात:

निःसंशय ते या भूमीवर जन्मले आहेत. परंतु, ते इथल्या मिठाला जागले आहेत का?... *नाही. त्यांच्या श्रद्धेमध्ये झालेल्या बदलाबरोबरच,*

---

[९] गोळवलकर, *वी ऑर अवर*, पृष्ठ क्र. ५५–५६.

[१०] तथैव, पृष्ठ क्र. ४३.

> *त्यांचे राष्ट्राप्रति असलेले प्रेम आणि भक्तीचे भावही नाहीसे झाले आहेत...* ही कथा येथेच संपत नाही. त्यांनी या भूमीच्या शत्रूंसोबत एकसारखेपणाची भावना विकसित केली आहे. ते कोणत्यातरी परदेशी भूमीकडे त्यांची पवित्र भूमी म्हणून पाहतात... त्यामुळे आपल्याला असे दिसून येते की हा बदल केवळ श्रद्धेतील नसून राष्ट्रीय अस्मितेतीलही आहे. मातृभूमीला संकटात सोडून शत्रूच्या गोटात सहभागी होणे हा देशद्रोह नाही, तर काय आहे?[११]

आरएसएसचे मुखपत्र असलेल्या *'दि ऑर्गनायझर'*मध्ये हे अधिक रांगडेपणाने सांगण्यात आले आहे. त्यामध्ये आपल्याशी असहमत असण्याचे साहस करणाऱ्यांना काही वर्षांपूर्वी नामशेष झालेल्या डोडो या पक्ष्यांच्या प्रजातीप्रमाणेच नामशेष करण्याचा इशारा देण्यात आला आहे:

> पाकिस्तान हा जितका मुस्लीम देश आहे किंवा ब्रिटन हा जितका ख्रिश्चन देश आहे, तितकाच भारत हा हिंदू देश आहे, ही बाब मुस्लिमांनी स्वीकारायलाच हवी. कोणीही हा जीवनमार्ग नाकारत असेल, तर तो वास्तव नाकारणारा शहामृग आहे आणि तो उद्या डोडो पक्ष्याप्रमाणे मरून जाईल.[१२]

मुस्लिमविरोधी पक्षपात

गांधीजींच्या हत्येविषयी सुरू असलेल्या चर्चेच्या पार्श्वभूमीवर हिंदू सांप्रदायिक विचारसरणीतील हा कडवा मुस्लिमविरोधी घटक विशेष महत्त्वाचा आहे. हा मुस्लिमविरोधी पक्षपात केवळ नैमित्तिक, परिस्थितीजन्य वैशिष्ट्य नसून तो अगदी मूलभूत वैचारिक मांडणीचा आवश्यक घटक आहे. त्यामुळेच गांधीविरोधी अभियानाचे, ज्याची परिणती त्यांच्या हत्येमध्ये झाली, त्याचे संपूर्ण समर्थन हे गांधीजीच्या कथित मुस्लिमधार्जिणी धोरणे आणि कृत्यांभोवतीच्या युक्तिवादावर

---

[११] गोळवलकर, *बंच ऑफ थॉट्स*, बेंगळुरू, १९६६, पृष्ठ क्र. १२७–२८.

[१२] *ऑर्गनायझर*, जानेवारी १९७०.

उभारण्यात आले होते. गांधीजी हे मुस्लिमांचे संरक्षण करत असल्यामुळे आणि त्यांच्या हितसंबंधांचा प्रचार करत असल्यामुळे ते प्राथमिकत: देशविरोधी असलेल्यांचे सहयोगी होते. म्हणूनच त्यांना देशद्रोही म्हणून जाहीर करता येऊ शकले. आरएसएसचे संस्थापक हेडगेवार यांनी मुस्लिमांचा उल्लेख 'देशामध्ये आपल्या विषारी फुत्कारांनी दंगली भडकवणारे असहकाराच्या दुधावर पोसलेले यवनी साप' असा केला आहे.[१३]

असे घोषित करण्यात आले होते, की 'मोस्लेम' समुदाय हा इतका धोकादायक आहे की:

आपण त्यांच्या सर्व कृतींकडे शक्य तितक्या अविश्वासाने पाहिले पाहिजे... केवळ आपण भारताला मुक्त करण्याच्या आपल्या लढ्यामध्ये गुंतलो असतानाच नाही, तर भारत स्वतंत्र झाल्यानंतरही आपण त्यांच्याकडे संशयास्पद मित्र म्हणून पाहिले पाहिजे. भारतीय मुस्लिमांनी सिंधू नदीकाठावरील उपऱ्या मुस्लीम राष्ट्रांशी जाऊन मिळण्याचा आणि त्यायोगे आपल्या बिगर-हिंदू शत्रूंसाठी आपल्या हिंदुस्थानाशी प्रतारणा करण्याचा संभाव्य धोका टाळण्यासाठी भारताच्या उत्तर सीमांचे संरक्षण कडव्या आणि शक्तिशाली हिंदू फौजांनी करण्याकडे लक्ष देण्याची आत्यंतिक काळजी आपण घेतली पाहिजे.[१४]

त्यामुळेच पाकिस्तान अस्तित्वात येण्यापूर्वीच 'आपले बिगरहिंदू शत्रू' आणि 'सिंधूकाठावरील उपऱ्या मुस्लीम राष्ट्रां'कडून धोका असल्याचा समज प्रचलित होता, हे स्पष्ट आहे. त्याकाळीही, म्हणजे भारताची फाळणी होण्यापूर्वीच भारतीय मुस्लिमांचा विचार हा ते उत्तरेकडील मुस्लीम राष्ट्रांच्या

---

[१३] भिशीकर लिखित *केशव: संघ* या पुस्तकामध्ये पृष्ठ क्र. ४१ वर हेडगेवार यांचे हे विधान उद्धृत करण्यात आले आहे.

[१४] सावरकर, अध्यक्षीय भाषण, अखिल भारतीय हिंदू महासभा अधिवेशन, नागपूर, १९३८, हे भाषण सावरकर यांच्या *हिंदू राष्ट्र दर्शन* या पुस्तकामध्ये पृष्ठ क्र. ७०–७१ वर आहे.

बाजूने जाण्याचा धोका आहे, असा केला जात होता. त्याचप्रमाणे बरेच मुस्लीम हे मुस्लीम लीगचे समर्थक होते आणि पाकिस्तान प्रत्यक्षात येण्याच्या बाजूने होते आणि त्यांचे कुटुंबीय हे सीमारेषेच्या दोन्ही बाजूंना राहत होते, त्यामुळे त्यांची निष्ठा संशयास्पद होती, असा मुद्दा मांडला जाऊ शकत होता.

किंबहुना, हिंदूंना ज्याप्रमाणे स्वभावतःच धर्मनिरपेक्ष म्हणून घोषित करण्यात आले, त्याचप्रमाणे मुस्लिमांना प्राथमिकतःच स्वभावाने सांप्रदायिक असल्याचा दोष लावण्यात आला. 'मुस्लीम लीगला केवळ सांप्रदायिक म्हणून घोषित करणे निरर्थक आहे. यात काहीच बातमी नाही. प्रत्यक्षात संपूर्ण मुस्लीम समुदायच सांप्रदायिक असून त्यामध्ये काँग्रेसी मुस्लिमांचाही समावेश आहे', असे सावरकर म्हणतात.[१५] त्याचप्रमाणे बिगरमुस्लिम राजवटीशी मुस्लीम एकनिष्ठ राहू शकत नाहीत, कारण इस्लाम त्याला शत्रू राष्ट्र मानत असून ते राष्ट्र मुस्लीम राजवटीने जिंकून घ्यावे यासाठी मुस्लिमांनी मदत करणे अपेक्षित आहे, असेही म्हटले जाते. हिंदू हे ज्यू आणि ख्रिश्चनांप्रमाणे *किताबी* नाहीत, तर *काफीर* आहेत, म्हणूनही मुस्लीम हिंदूंना विशेषकरून पाण्यात पाहतात, असेही सांगितले जाते.[१६]

मुस्लिमांच्या प्रदेशाबाहेरील शक्तींशी असलेल्या निष्ठा आणि दुव्यांविषयीच्या समजुतींमुळे हिंदूंमध्ये भीतीची मानसिकता निर्माण करणे शक्य झाले. किंबहुना, हिंदू धर्मवाद्यांपुढे असलेली मोठी समस्या म्हणजे बहुसंख्याकांमध्ये अल्पसंख्याकांविषयीची भीती कशी निर्माण करायची, ही होती. कारण, भीतीशिवाय सांप्रदायिक भावना वाढीस लागत नाहीत. म्हणूनच त्यांच्या निष्ठा या प्रदेशाबाहेर असल्याचे आरोप, लष्कर आणि पोलिसदलातील त्यांच्या प्रमाणाबाहेरील प्रतिनिधित्वाचे संदर्भ, हिंदू महिलांविरोधात लैंगिक आक्रमकता दाखवण्यात माहीर असलेले आक्रमक मुस्लीम धटिंगण किंवा *गुंड* अशी रंगवलेली साचेबद्ध प्रतिमा, हे सगळे होते. भारतात मुस्लीम राजवटीच्या

---

१५ तथैव, पृष्ठ क्र. ५८–५९.

१६ तथैव, पृष्ठ क्र. ५९–६०.

पुनर्स्थापनेचा बागुलबुवा सावरकरांनी ज्याप्रकारे उभा केला, ते खरेच विस्मयकारक आहे. खालील आश्चर्यकारक विधानामधूनही त्याची प्रचिती येते:

> मुस्लीम हे अल्पसंख्याक असूनही भारतीय लष्कर आणि सशस्त्र पोलीस दलामधील जवळपास ६० टक्के नोकऱ्या त्यांच्याकडे असल्याने त्यांचे आतापासूनच प्राबल्य आहे. हे सर्व घटक त्यांच्या बाजूने असल्यामुळे त्यांना पूर्ण आत्मविश्वास आहे... की जर दुसऱ्या महायुद्धामध्ये ब्रिटिश पराभूत झाले, तर भारतातील मुस्लीम हे आपल्या देशाच्या सीमारेषांना लागून असलेल्या बिगरभारतीय मुस्लीम शक्तींच्या मदतीने ब्रिटिशांकडून भारताचे राजकीय सार्वभौमत्व खेचून घेतील आणि येथे मुस्लीम राजवटीची पुनर्स्थापना करतील.[१७]

गोळवलकरांनीही इस्लामचे स्वरूपच असहिष्णू आणि अन्य धार्मिक श्रद्धांचे दमन करणारे आहे, यावर जोर देण्याचा प्रयत्न केला आहे. इस्लामने ज्यू आणि पारशींचा छळ केल्याचा आरोप करतानाच 'इस्लामी आक्रमणे आणि त्यासोबत येणाऱ्या कत्तली, विध्वंस, नासधूस, लूट व जाळपोळीची ही कथा जुनीच आहे...', असा विलाप त्यांनी केला आहे.[१८]

बंच ऑफ थॉट्स (१९६६) या पुस्तकामध्ये ते म्हणतात:

> त्यांचा (मुस्लिमांचा) मागील बाराशे वर्षांचा विध्वंस, लुटालूट आणि सर्व प्रकारच्या रानटी अत्याचाराच्या घटनांनी भरलेला इतिहास आपल्या डोळ्यांसमोर आहे. आज आपल्या देशात मोठ्या प्रमाणावर असलेली मुस्लीम लोकसंख्या ही त्यांनी या भूमीवर सर्वत्र घडवलेल्या जीवघेण्या विध्वंसाचाच एक परिणाम आहे... मुस्लीम श्रद्धा आणि मुस्लीम लोकांशी आपण केलेल्या चांगल्या वर्तनातून आपल्याला काय मिळाले? आपल्या पवित्र स्थळांची विटंबना आणि आपल्या लोकांच्या गुलामगिरीशिवाय आपल्याला यातून काहीही मिळालेले नाही.[१९]

---

[१७] तथैव, पृष्ठ क्र. ६२.

[१८] गोळवलकर, *वी ऑर अवर*, पृष्ठ क्र. २५.

[१९] गोळवलकर, *बंच ऑफ थॉट्स*, पृष्ठ क्र. २९४–९५.

सावरकरांनी तर जर्मनीमध्ये ज्यूंना ज्या प्रकारची वर्तणूक मिळत होती, त्याचप्रकारची वर्तणूक मुस्लिमांना मिळेल, असा इशाराही दिला आहे. मुस्लीम लीग सुडेटन जर्मनांची भूमिका बजावण्याची धमकी देत असल्याचा आरोप करून ते म्हणतात, 'त्याऐवजी, आपण भारतातील हिंदू जर शक्तिशाली बनलो, तर लवकरच लीग वगैरेसारख्या या मुस्लीम मित्रांना जर्मन-ज्यूंची भूमिका बजावावी लागेल.'[२०]

काँग्रेसविरोधी आणि गांधीविरोधी भूमिका

धर्मवाद्यांना प्रामुख्याने 'इतर' समुदायांच्या हक्कांवर नियंत्रण ठेवण्यात किंवा ते काढून घेण्यात आणि त्याचबरोबर आपल्या स्वतःच्या हक्कांचे संरक्षण करण्यात स्वारस्य होते, असा केला जाणारा विचार चुकीचा आहे. किंबहुना, संपूर्ण समाजाला आपल्याला हव्या असलेल्या प्रतिमेत घडवण्याच्या त्यांच्या प्रकल्पामध्ये इतर समुदायांमुळे अडथळा येत असल्यामुळे तेवढ्यापुरतेच धर्मवाद्यांना त्यांच्यामध्ये स्वारस्य होते. त्यांचे अंतिम उद्दिष्ट, आपल्या स्वतःच्या धर्मातील सदस्यांना जीवनाचा योग्य मार्ग काय आहे, याबाबत धर्मवाद्यांच्या असलेल्या संकल्पनांचे पालन करायला लावणे, हे होते. म्हणूनच त्यांच्या स्वतःच्या धर्मातील सांप्रदायिक नसलेले, उदारमतवादी घटक हे अन्य समुदायांच्या सदस्यांइतकेच, काही वेळा तर त्यांच्यापेक्षाही अधिक धर्मवाद्यांचे शत्रू होते. त्यामुळेच हिंदू धर्मवाद्यांनी मुस्लिमांइतकेच काँग्रेसबद्दलही विष पसरवलेले आहे. काँग्रेससाठी राष्ट्रविरोधी, हिंदूविरोधी, मुस्लिमधार्जिणी आणि अहिंसक आदी विशेषणे वापरण्यात आली असून हिंदू धर्मवाद्यांच्या शब्दकोषात या सर्व विशेषणांचे अर्थ नकारात्मक होते. सावरकराच्या खालील विधानात त्याचे दाखले सापडतात:

---

२० सावरकर, अध्यक्षीय भाषण, अखिल भारतीय हिंदू महासभा अधिवेशन, नागपूर, १९३८, *हिंदू राष्ट्र दर्शन*, पृष्ठ क्र. ६४–६५.

> भारतीय राष्ट्रीय काँग्रेस पक्ष जेव्हा एकाच दमात हिंदू महासभा आणि मुस्लीम लीग या संघटना दोष देण्याजोग्या आणि विश्वासघातकी व दंगलखोर या अर्थाने सारख्याच सांप्रदायिक असल्याचे म्हणतो, तेव्हाच तो स्वतःला राष्ट्रविरोधी संघटना असल्याचा दोष देत असतो.[२१]

'आपण हिंदूंनी काँग्रेस आज जशी आहे, तशी तिला बनवली आहे. पण, आता अचानक ती आपल्या विरोधात गेली आहे. आज ती "खरोखरीचा हिंदू-विरोधी शक्तीचा मनोरा" असल्याप्रमाणे दिसत आहे.'[२२]

ते हिंदू संघटनांनी विरोध केलाच पाहिजे, अशा या 'काँग्रेसच्या हिंदूविरोधी आणि राष्ट्रविरोधी धोरणांचे' संदर्भ देतात.[२३] काँग्रेसचा दृष्टिकोन 'राष्ट्रविरोधी मुस्लिमधार्जिणी' असल्याचा आरोप करतानाच[२४] त्यांनी 'काँग्रेसने आम्हाला तिचा त्याग करण्यास भाग पाडले' असे विधान केले आहे.[२५]

हिंदूंनी काँग्रेससारख्या हिंदूविरोधी आणि राष्ट्रविरोधी संघटनेच्या विरोधात मतदान न केल्यास त्यांचे गंभीर परिणाम त्यांना भोगावे लागतील, असा इशाराही सावरकरांनी दिला आहे:

> ...जर तुम्ही हिंदू इतकेही करू शकणार नसाल आणि काँग्रेस आज जशी बनली आहे, तशा हिंदूविरोधी आणि राष्ट्रविरोधी संघटनेला मतदान करून सांस्कृतिक, राजकीय आणि वांशिक आत्महत्या करण्याचे तुम्ही ठरवलेच असेल, तर ब्रह्मदेवही तुम्हाला वाचवू शकणार नाही.[२६]

गोळवलकरांनीही काँग्रेसला काही कमी दूषणे दिलेली नाहीत. त्यांनी काँग्रेसच्या नेत्यांचे उल्लेख देशद्रोही आणि शत्रू असा केला आहे, 'एकीकडे देशद्रोह्यांनी

---

[२१] तथैव, पृष्ठ क्र. ६६.

[२२] तथैव, पृष्ठ क्र. ७१–७२.

[२३] तथैव, पृष्ठ क्र. ७८.

[२४] तथैव

[२५] तथैव, पृष्ठ क्र. ७३.

[२६] तथैव, पृष्ठ क्र. ८२.

राष्ट्रीय नायक म्हणून सिंहासनावर आरूढ व्हावे आणि राष्ट्रभक्तांनी प्रचंड बदनामी झेलावी, हे विचित्र, खूप विचित्र आहे.'[२७]

'जे हिंदू वंश आणि राष्ट्राचे उदात्तीकरण करत नाहीत, तर "देशद्रोही आणि राष्ट्रीय ध्येयाचे शत्रू" आहेत किंवा "केवळ भाबडे, दिशाभूल झालेले आणि अज्ञानी मूर्ख" लोक आहेत.'[२८]

काँग्रेसला दूषणांची लाखोली वाहण्याबरोबरच गांधींच्या अहिंसेच्या पुरस्कारासाठी त्यांच्यावर विशेषकरून टिकेची झोड उठवली जात होती. सावरकरांच्या मते संपूर्ण अंहिसा (गांधींनी पुरस्कार केल्याप्रमाणे) ही केवळ पापकर्मच नाही, तर अनैतिकही आहे. बौद्ध धर्माचा प्रभाव आणि त्याच्या अहिंसेवर असलेल्या श्रद्धेमुळेच भारतात हूण आणि सायथियनसारख्या रानटी टोळ्यांनी विध्वंस माजवला, असे त्यांनी म्हटले आहे.[२९] गोळवलकरांनी गांधींवादी अहिंसेवर खूप प्रक्षोभकपणे टीका करताना म्हटले आहे की यामुळे काँग्रेस नेत्यांना हिंदूंना सांगावे लागत आहे:

> मुस्लिमांच्या अत्याचाराकडे आणि त्यांच्याकडून केल्या जाणाऱ्या विध्वंसाकडे दुर्लक्ष करा, अगदी शांतपणे त्यांच्यासमोर शरणागती पत्करा. परिणामी, 'मुस्लिमांनी भूतकाळामध्ये जे काही केले आणि आताही ते तुमच्यासोबत जे करत आहेत, ते सर्व विसरून जा. जर मंदिरातील तुमच्या प्रार्थना, तुमच्या देवांच्या रस्त्यांवरून निघणाऱ्या मिरवणुकांमुळे मुस्लिमांना त्रास होत असेल, तर तसे करू नका. जर ते तुमच्या पत्नी आणि मुलींना पळवून नेणार असतील, तर त्यांना तसे करू द्या. त्यांना अडवू नका. असे करणे हा हिंसाचार ठरेल', असे हिंदूला सांगण्यात आले.[३०]

---

[२७] गोळवलकर, *वी ऑर अवर*, पृष्ठ क्र. ६.

[२८] तथैव, पृष्ठ क्र. ५२.

[२९] कीर, *सावरकर अँड हिज टाइम्स*, पृष्ठ क्र. २७४–७५.

[३०] गोळवलकर, *बंच ऑफ थॉट्स*, पृष्ठ क्र. १५०.

याच भाषणामध्ये गोळवलकर यांनी गांधींच्या हिंदू-मुस्लीम एकतेच्या आग्रहाबद्दल पराकोटीचा तिटकारा व्यक्त केला आहे. 'जे "हिंदू-मुस्लीम एकतेशिवाय *स्वराज* नाही", अशा घोषणा करत आहेत, त्यांनी आपल्या समाजाचा सर्वांत मोठा विश्वासघात केला आहे. येथील महान आणि सर्वांत पुरातन लोकांची जीवनचेतना मारून टाकण्याचे सर्वांत घृणास्पद पाप त्यांनी केले आहे.'[३१]

त्यामुळे हिंदू पत्नी आणि मुलींच्या सन्मानाची चिंताही ज्याने केली नाही, अशा या 'विश्वासघातकी पापी माणसाला' मार्गातून हटवावेच लागणार होते.

भारतीय राष्ट्रवादाची हिंदू सांप्रदायिक (फेर) व्याख्या आणि त्यांचा स्वतःचा निष्ठावाद

हिंदू सांप्रदायिक विचारवंतांनी भारतीय राष्ट्रवादाची फेरव्याख्या करण्यासाठी भरपूर परिश्रम घेतले होते, याची नोंद घेणे खूप महत्त्वाचे आहे. त्यांनी केवळ समुदाय म्हणून हिंदूंचे हक्कच ठामपणे मांडले नाहीत, तर हिंदू राष्ट्रवाद हाच खरा भारतीय राष्ट्रवाद असल्याचे मांडून त्यांनी स्वातंत्र्यलढ्याच्या राष्ट्रवादाच्या व्याख्येवर प्रश्नचिन्ह उपस्थित केले. मुस्लीम हे भारतीय राष्ट्रवादी असू शकत नाहीत, हिंदू राष्ट्रवाद हे युगानुयुगांचे जुने मूलतत्त्व आहे, प्रादेशिक राष्ट्रवादाची काँग्रेसची संकल्पना चुकीची आहे, आदी विचारही त्यांनी मांडले. त्यांनी काँग्रेसवर तथाकथित राष्ट्रवादी (तथाकथित धर्मनिरपेक्ष असण्याची नांदी) असण्याचा आरोप केले. त्यांनी प्रादेशिक राष्ट्रवादातील त्रुटी अधोरेखित केल्या आणि अशा प्रकारचा राष्ट्रवाद युरोपमध्ये अपयशी ठरल्याचा युक्तिवाद मांडला. काँग्रेस ही राष्ट्रीय संघटना नसून त्याची स्थापना 'सेफ्टी-व्हॉल्व' म्हणून करण्यात आली होती आणि जहालवाद्यांचा कालखंड वगळल्यास काँग्रेसने तीच भूमिका निभावली, असे त्यांनी ठामपणे मांडले. नेमस्त किंवा

---

[३१] तथैव, पृष्ठ क्र. १५२.

सुरुवातीच्या काळातील राष्ट्रवादी आणि गांधीजी व त्यांचे सहकारी यांना हिंदू धर्मवाद्यांनी राष्ट्रवादी म्हणून स्वीकारले नाही. उदाहरणार्थ, गोळवलकरांच्या देदीप्यमान भारतीयांच्या प्रदीर्घ यादीमध्ये गांधी, नेहरू आणि पटेल यांना स्थान मिळाले नव्हते.[३२] 'आपण जडणघडणीच्या अवस्थेतील राष्ट्र असून यापूर्वी आपल्याला कधीही राष्ट्रीय जीवन जगता आले नव्हते', अशी धारणा बाळगल्याबद्दलही काँग्रेसवर टीका करण्यात येते.[३३]

काँग्रेसने मुस्लिमांना शत्रू आणि दुय्यम नागरिक म्हणून वागणूक देण्यास दिलेला नकार हा हिंदू सांप्रदायिक विचारवंतांना सर्वाधिक त्रासदायक ठरणारा मुद्दा होता, हे अतिशय उघड आहे. 'काँग्रेस नेते आपल्या सर्वांत कट्टर शत्रूची गळाभेट घेण्याचे त्याद्वारे आपले अस्तित्वच धोक्यात घालण्याचे' पाप करत असल्याचा आरोप त्यांच्यावर करण्यात आला होता.[३४] या आरोपाचा निर्देश अगदी सहाजिकच मुस्लिमांकडे होता. राष्ट्रवादी असण्यासाठी तुम्ही मुस्लिमविरोधी असलेच पाहिजे, अशी धारणा होती. गोळवलकरांनी किमान औपचारिकदृष्ट्या ब्रिटिशांचा समावेश शत्रूंमध्ये करण्याचे लक्षात ठेवले होते: 'वास्तविकत: आपल्यापुढे हिंदुस्थानात तिरंगी लढत आहे. आपणा हिंदूंचा एकीकडे मुस्लिमांशी संघर्ष आहे, तर दुसरीकडे आपली ब्रिटिशांविरुद्ध लढत आहे.'[३५] तथापि, सावरकरांनी प्रत्यक्षात १९४२ च्या छोडो भारत चळवळीमुळे भारताचे विभाजन होईल आणि आपली ऊर्जा ही अखंड भारतासाठी (मुस्लिमांविरुद्ध) लढाव्या लागणाऱ्या लढाईसाठी राखून ठेवली पाहिजे, आदी मुद्द्यांच्या आधारे हिंदू महासभा आणि आरएसएसने या चळवळीला पाठिंबा न देण्याचे समर्थन केले होते. किंबहुना, सर्वांत लक्षणीय बाब म्हणजे गोळवलकर आणि सावरकर (त्यांनी कारावासातून सुटल्यानंतर केलेल्या) या

---

[३२] गोळवलकर, *वी ऑर अवर*, पृष्ठ क्र. ४९–५०.

[३३] तथैव, पृष्ठ क्र. ७२.

[३४] गोळवलकर, *वी ऑर अवर*, पृष्ठ क्र. ७३.

[३५] तथैव, पृष्ठ क्र. १९.

दोघांच्याही लेखनामध्ये ब्रिटिश साम्राज्यवाद आणि त्याविरुद्धच्या लढ्याविषयी कोणतीही चर्चा आढळत नाही. या लेखनात येणारे संदर्भ हे केवळ सांस्कृतिक दडपशाही, खासगीकरण, सांस्कृतिक राष्ट्रवाद आदी मुद्द्यांविषयीचे आहेत.

सावरकरांनी १९३८ साली हिंदू महासभेसमोर केलेल्या अध्यक्षीय भाषणाचा समारोप खालील परिच्छेदाने केला होता. या भाषणातून त्यांनी संदेश दिला होता की,

> स्वतंत्र, बलशाली आणि पराक्रमी हिंदू राष्ट्र, जे सिंधूपासून सागरापर्यंत कोणत्याही वंशाच्या आणि धर्माच्या सर्व निष्ठावान आणि विश्वासू भारतीय नागरिकांच्या परिपूर्ण समान नागरिकत्वावर आधारलेल्या शक्तिशाली भारतीय राष्ट्राच्या समानच आहे... या हिंदू राष्ट्राचे श्रेष्ठत्व वाढवा! भारत हा सदैव हिंदुस्थान राहील आणि कधीही पाकिस्तान होणार नाही, आणि आंग्लिस्तान तर कदापिही नाही, याकडे लक्ष द्या! आणि भारतामध्ये सर्वत्र हिंदू धर्म की जय! हिंदू राष्ट्र की जय!! वंदे मातरम्!! चा जयघोष घुमू दे.[३६]

ज्या राजकीय शक्ती आज सर्वांत कट्टर राष्ट्रवादी असल्याचा दावा करत आहेत त्यांनी प्रत्यक्षात भारताचा स्वातंत्र्यलढा लढला जात असताना त्यामध्ये कोणतीही भूमिका बजावली नव्हती, हे खचितच उपरोधिक आहे. वसाहतवादी राजवटीमधून स्वतंत्र होण्यासाठी झालेल्या कोणत्याही मोठ्या लढ्यामध्ये राष्ट्रीय स्वयंसेवक संघ एक संघटना म्हणून सहभागी झाली नव्हती. राष्ट्रीय स्वयंसेवक संघाची स्थापना १९२५ मध्ये झाली आणि त्यानंतर काँग्रेसने १९२८ च्या सायमन आयोग बहिष्काराबरोबरच १९३०–३४ दरम्यान सविनय कायदेभंग चळवळ आणि १९४२ चे 'छोडो भारत' आंदोलन अशा स्वातंत्र्यलढ्यातील दोन महत्त्वाच्या चळवळी लढवल्या. यांपैकी कोणत्याही चळवळीमध्ये राष्ट्रीय स्वयंसेवक संघाने कोणतेही योगदान दिले नाही.

---

[३६] सावरकर, *हिंदू राष्ट्र दर्शन*, पृष्ठ क्र. ८२–८३.

व्यक्तिशः हेडगेवार यांनी १९३० मध्ये कारावास भोगला होता. मात्र, त्यांनी संघटना आणि तिच्या सदस्यांना चळवळीपासून दूर ठेवले. १९४२ मध्ये हिंदू महासभेबरोबरच, गोळवलकरांच्या नेतृत्वाखाली आरएसएसने चळवळीपासून लांब राहण्याचे ठरवले आणि संघाच्या अधिक अस्वस्थ असलेल्या तरुण स्वयंसेवकांना आपली ऊर्जा लवकरच लढाव्या लागणाऱ्या (शक्यतो मुस्लिमांविरुद्धच्या) खऱ्या लढाईसाठी राखून ठेवण्यास सांगण्यात आले. आपल्याला राष्ट्रीय स्वयंसेवक संघाला घाबरण्याचे कोणतेही कारण नाही, याबाबत ब्रिटिश सरकारला स्पष्टता होती. गृहखात्याने राष्ट्रीय स्वयंसेवक संघाविषयी तयार केलेल्या टिपणात म्हटले आहे, 'काँग्रेस असंतोषाच्या काळात (१९४२) संघाच्या झालेल्या बैठकांमध्ये वक्त्यांनी सदस्यांना काँग्रेस चळवळीपासून अलिप्त राहण्याच्या सूचना केल्या आणि या सूचना सर्वसामान्यपणे पाळल्या गेल्या.'३७

'संघाने काटेकोरपणे स्वतःला कायद्याच्या कक्षेअंतर्गत ठेवले असून विशेषतः ऑगस्ट, १९४२ मध्ये उसळलेल्या असंतोषामध्ये कोणताही सहभाग घेण्यापासून स्वतःला परावृत्त केले होते', असे बॉम्बे इलाख्याचे गृहसचिव एच. व्ही. आर. अयंगार यांनी १६ फेब्रुवारी १९४४ रोजी नमूद केले होते.३८ त्यांच्याकडून असलेला एकमेव धोका हा त्यांच्या सांप्रदायिक कृतींमधून संभवतो, असे पंजाब आणि मध्य प्रांतातील सरकारनी म्हटले होते.३९

राष्ट्रीय स्वयंसेवक संघाने आपणहून ब्रिटिशांविरोधात कोणतेही लढे उभारले नाहीत. त्याचप्रमाणे त्यांनी क्रांतिकारकांप्रमाणे ब्रिटिश अधिकाऱ्यांची हत्या करण्यासारख्या किंवा गदर क्रांतिकारकांप्रमाणे लष्कर आणि स्थलांतरितांमध्ये सरकारविषयीच्या असंतोषाला चिथावणी देण्यासारख्या कोणत्याही कृत्यामध्ये सहभाग घेतला नाही.

---

३७ गृह विभाग (राजकीय) घडामोडी, फाइल–२८/८/४२–पोल (१)

३८ तथैव, फाइल–२८/३/४३–पोल (१).

३९ तथैव

किंबहुना गोळवलकर यांनी त्याहीपुढे जाऊन ब्रिटिशविरोधी राष्ट्रवाद हा प्रतिक्रियात्मक असल्याचे म्हटले होते,

आपल्या राष्ट्राच्या सामायिक संकल्पनेसाठी आधारभूत ठरलेला प्रादेशिक राष्ट्रवाद आणि त्याला असलेल्या समान धोक्यांच्या सिद्धान्तांनी आम्हाला आमच्या खऱ्या हिंदू राष्ट्रीयत्वाच्या सकारात्मक आणि प्रेरणादायी आशयापासून वंचित ठेवले होते आणि बऱ्याच 'स्वातंत्र्य चळवळी' या प्रत्यक्षात ब्रिटिशविरोधी चळवळी बनवून टाकल्या होत्या. ब्रिटिशविरोध हा देशभक्ती आणि राष्ट्रवादाला समानार्थी झाला होता. या प्रतिक्रियात्मक दृष्टिकोनाचा संपूर्ण स्वातंत्र्य चळवळीच्या वाटचालीवर, त्यातील नेत्यांवर आणि सामान्यजनांवर भीषण परिणाम झालेला आहे. [४०]

हिंदू महासभा ही १९३० आणि १९४० च्या दशकामध्ये अधिकाधिक सरकारनिष्ठ होत गेली. या संघटनेमध्ये अगोदरपासूनच सरकारनिष्ठ प्रवृत्ती असली, तरी सुरुवातीच्या काळात तिच्या काही नेत्यांनी काँग्रेसप्रणित चळवळींमध्ये सहभाग घेतला होता. परंतु, १९३० च्या मध्यापासून ते साम्राज्यवादी शक्तींकडून फेकण्यात येणारे तुकडे झेलण्याच्या स्पर्धेमध्ये मुस्लीम लीगसोबत सहभागी झाले. दुसऱ्या महायुद्धाला तोंड फुटल्यानंतर राष्ट्रवादी शक्तींमधील मतभेद चव्हाट्यावर आले. एकीकडे भारताची संमती न घेताच त्याला युद्धातील एक पक्ष बनवण्याच्या ब्रिटिश सरकारच्या निर्णयाचा निषेध म्हणून काँग्रेसच्या प्रांतीय मंत्रिमंडळांनी राजीनामे दिले, तर दुसरीकडे हिंदू महासभेच्या नेत्यांनी ब्रिटिशांना सहकार्य करण्याचा प्रस्ताव दिला आणि भारतीयांनी लष्करात रुजू होऊन युद्धामध्ये सहभाग घ्यावा, ही भूमिका लावून धरली. हिंदू महासभेचे अध्यक्ष असलेल्या सावरकरांनी हिंदूंना 'ब्रिटिश सरकारच्या सर्व युद्ध प्रयत्नांमध्ये सहभागी होण्याचे आणि हे धोरण म्हणजे 'साम्राज्यशाहीशी सहकार्य' असल्याची टीका करणाऱ्या 'काही मूर्खांकडे'

---

४० गोळवलकर, बंच ऑफ थॉट्स, पृष्ठ क्र. १५२–५३.

लक्ष न देण्याचे आवाहन केले.[४१] ऑक्टोबर, १९३९ मध्ये सावरकरांनी खासगीत व्हॉइसरॉयना भेटून हिंदू आणि ब्रिटिशांनी मित्र बनले पाहिजे आणि काँग्रेस मंत्रिमंडळांनी आपल्या पदाचे राजीनामे दिल्यास हिंदू महासभा काँग्रेसची जागा घेईल, असे सांगितले होते.[४२] १९४२ मध्ये भारत छोडो आंदोलन सुरू असताना हिंदू महासभेचे एस. पी. मुखर्जी हे बंगालमधील फझलूल हक मंत्रिमंडळात मंत्री होते. आता एवढी निष्ठा दाखवूनही त्यांना निवडणुकीत यश मिळू शकले नाही आणि १९४६ च्या निवडणुकीत त्यांची दाणादाण उडाली, ही गोष्ट वेगळी! कदाचित हे संपूर्ण राजकीय आकुंचन आणि हिंदूंबरोबर भारतीय जनतेकडूनही मिळालेला नकार यातूनच त्यांच्याकडून नैराश्यग्रस्त आणि भ्याडपणाची कृत्ये घडली असावीत. महात्मा गांधींची हत्या हे अशाच एका कृत्याचे मूर्त स्वरूप होते.

---

[४१] सावरकर, हिंदू राष्ट्र दर्शन, पृष्ठ क्र. २०३ एफएफ.

[४२] लिनलिथगो, व्हॉइसरॉय यांनी झेटलँडच्या परराष्ट्रमंत्र्यांशी केलेला पत्रव्यवहार, ७ ऑक्टोबर, १९३९, झेटलँड पेपर्स, खंड १८ वा, रीळ क्र. ६.

संदर्भ ग्रंथ

Alavi, Hamza. 2002. 'Social Forces and Ideology in the Making of Pakistan', *Economic and Political Weekly (EPW)*, 37(51), 21 December: 5119–24.

Alexander, Horace. 1969 [1984]. *Gandhi Through Western Eyes*. Philadelphia: New Society.

Andersen, Walter. 1972. 'The Rashtriya Swayamsevak Sangh' I to IV, *EPW*, 7(11–14), 11, 18, 25 March and 1 April.

Andersen, Walter and Shridhar Damle. 1987. *The Brotherhood in Saffron: The Rashtriya Swayamsevak Sangh and Hindu Revivalism*. New Delhi: Vistaar.

Azad, Maulana Abul Kalam. 1959. *India Wins Freedom: An Autobiographical Narrative*. Bombay: Orient Longman.

Bacchetta, Paola. 2004. *Gender in the Hindu Nation: RSS Women as Ideologues*. New Delhi: Women Unlimited.

Banerjee, Partha. 1998. *In the Belly of the Beast: The Hindu Supremacist RSS and BJP of India—An Insider's Story*. Delhi: Ajanta.

Barrier, Norman G. (ed.). 1976. Roots of Communal Politics (includes the Report of the Kanpur Riots Enquiry Committee, 1931). New Delhi: Arnold-Heinemann.

——— (ed.). 1981. *The Census in British India: New Perspective*. New Delhi: Manohar.

Basu, Tapan, Pradip Datta, Sumit Sarkar, Tanika Sarkar and Sambuddha Sen. 1993. *Khaki Shorts and Saffron Flags: A Critique of the Hindu Right*. Delhi: Orient Longman.

Batabyal, Rakesh. 2005. *Communalism in Bengal: From Famine to Noakhali, 1943–47*. New Delhi: Sage Publications.

Bathval, Harishchandra. 1998. *Rashtriya Swayamsevak Sangh—Ek Parichay*. New Delhi: Suruchi Prakashan.

Baxter, Craig. 1969. *The Jana Sangh: A Biography of an Indian Political Party*. Philadelphia: University of Pennsylvania Press.

Bhatt, Chetan. 2001. *Hindu Nationalism: Origins, Ideologies and Modern Myths*. Oxford: Berg Publishers.

Bhishikar, C.P. 1979. *Keshav: Sangh Nirmata*. New Delhi: Suruchi Sahitya Prakashan.

Brass, Paul R. 2003. *The Production of Hindu-Muslim Violence in Contemporary India*. New Delhi: Oxford University Press.

Casolari, Marzia. 2000. 'Hindutva's Foreign Tie Up in the 1930s: Archival Evidence', *EPW*, 22 January: 218–28.

Chakrabarty, Bidyut, (ed.). 2003. *Communal Identity in India: Its Construction and Articulation in the Twentieth Century*. New Delhi: Oxford University Press.

Chand, R.B. Lal. 1938. *Self-Abnegation in Politics*. Lahore: Central Yuvak Sabha.

Chandra, Bipan. 1984. *Communalism in Modern India*. New Delhi: Vikas Publishing House.

———. 1994. *Ideology and Politics in Modern India*. New Delhi: Har-Anand.

———. 2004. 'Gandhiji, Secularism and Communalism', *Social Scientist*, 32(1–2).

Chandra, Bipan, Mridula Mukherjee and Aditya Mukherjee. 2008. *India Since Independence 1947–2000*. Delhi: Penguin.

Chandra, Bipan, Mridula Mukherjee, Aditya Mukherjee, K.N. Panikkar and Sucheta Mahajan. 1988. *India's Struggle for Independence, 1857–1947*. New Delhi: Viking.

———. 2004. *Communalism: A Primer*. New Delhi: Anamika Publishers.

Chatterjee, Margaret. 1983. *Gandhi's Religious Thought*. London: Macmillan.

Chatterji, Joya. 1995. *Bengal Divided—Hindu Communalism and Partition, 1932–47*. Cambridge: Cambridge University Press.

Chatterjee, N.C. 1944. *Hindu Politics—The Message of the Mahasabha: Collection of Speeches and Addresses by N.C. Chatterjee*. Calcutta: Ramesh Chandra Banerjee.

Chaudhri, Sandhya. 1984. *Gandhi and the Partition of India*. New Delhi: Sterling Publishers.

Cleghorn, Bruce E. 1977. 'Religion and Politics: The Leadership of the All India Hindu Mahasabha Punjab and Maharashtra, 1920–1939', in B.N. Pandey (ed.), *Leadership in South Asia*, pp. 395–425. New Delhi: Vikas Publishing House.

Curran, J. 1951. *Militant Hinduism in Indian Politics: A Study of the RSS*. New York: Institute of Pacific Relations.

Das, Durga (ed.). 1973. *Sardar Patel's Correspondence, 1945–50*, Vol. VI. Ahmedabad: Navajivan Publishing House.

Das, Suranjan. 1991. *Communal Riots in Bengal, 1905–1947*. New Delhi: Oxford University Press.

Das, Suranjan and Sekhar Bandyopadhyay (eds). 1993. *Caste and Communal Politics in South Asia*. Calcutta: K.P. Bagchi & Company.

Deshmukh, Nana. 1979. *RSS: Victim of Slander—A Multidimensional Study of RSS, Jana Sangh, Janata Party and the Present Political Crisis*. New Delhi: Vision Books.

Deshpande, B.V. and S.R. Ramaswamy (edited by H.V. Sheshadri). 1981. *Dr Hedgewar: The Epoch-Maker*. Bangalore: Sahitya Sindhu.

Dharmaveer Dr B.S. Moonje Commemoration Volume, Birth Centenary Celebration Committee, Nagpur, 1972.

Dhooria, Ram Lall. 1970. *I was a Swayamsevak—An Insider View of the RSS*. New Delhi: Sampradayikta Virodhi Committee.

Erdman, Howard Lloyd. 1967. *The Swatantra Party and Indian Conservatism*. London: Cambridge University Press.

Fagg, Henry. 2002. *Back to the Sources: A Study of Gandhi's Basic Education*. New Delhi: National Book Trust.

Freitag, Sandria B. 1980. 'Sacred Symbol as Mobilising Agency: The North Indian Search for a "Hindu" Community', *Comparative Studies in Society and History*, 22(4): 597–625.

———. 1990. *Collective Action and Community: Public Arenas and the Emergence of Communalism in North India*. New Delhi: Oxford University Press.

Gandhi, Mahatma. 1984. *Mahatma Gandhi: Collected Works* (MGCW). New Delhi: Publications Division, Ministry of Information and Broadcasting, Government of India.

Gandhi, M.K. 1948. *Delhi Diary: Prayer Speeches from 10-9-1947 to 30-1-1948*. Ahmedabad: Navajivan Publishing House.

———, (ed). 1949. *Communal Unity*. Ahmedabad: Navajivan Publishing House.

———. 1992. *Hindu Dharma Kya Hai?* New Delhi: National Book Trust.

Gandhi, Rajmohan. 1995. *The Good Boatman: A Portrait of Gandhi*. New Delhi: Viking.

Gandhi, Tushar. 2007. *Let's Kill Gandhi: A Chronicle of His Last Days, The Conspiracy, Murder, Investigation and Trial*. New Delhi: Rupa.

Gangadharan, K.K. 1970. *Sociology of Revivalism: A Study of Indianization, Sanskritization, and Golwalkarism*. New Delhi: Kalamkar Prakashan.

Ghosh, Partha S. 1999. *BJP and the Evolution of Hindu Nationalism: From Periphery to Centre*. New Delhi: Manohar.

Ghosh, Tapan. 1974. *The Gandhi Murder Trial*. Bombay: Asia Publishing House.

Godse, Gopal. 1973. *Gandhi Vadh Aur Main*. Pune: Vitasta Prakashan.

———. 1989. *Gandhi's Murder and After* (translated by S.T. Godbole). Delhi: Surya Prakashan.

Golwalkar, M.S. 1947. *We or Our Nationhood Defined*. Fourth Edition. Nagpur: Bharat Publications.

————. 1966. *Bunch of Thoughts*. Bangalore: Vikram Prakashan.

————. 1974. *Spotlights*. Bangalore: Sahitya Sindhu.

————. 1990. *Kalpavraksh*. New Delhi: Janki Prakashan.

Golwalkar, M.S. and K.B. Hegdewar. 1980. *Antim Sandesh*. Lucknow: Lokhit Prakashan.

Gopal, Ram. 1967. *How India Struggled for Freedom*. Bombay: Book Centre.

Gopal, S. (ed.). 1986. *Selected Works of Jawaharlal Nehru* (JNSW), second series, Vol. 4, New Delhi: Jawaharlal Nehru Memorial Fund.

————. 1991. *Anatomy of a Confrontation: The Babri Masjid–Ramjanmabhumi Issue*. New Delhi: Viking, Penguin.

Gopal, S., *et al*. 1990. 'The Political Abuse of History: Babri Masjid-Rama Janmabhumi Dispute', *Social Scientist*, 18(1–2): 76–81.

Gordan, Richard. 1975. 'The Hindu Mahasabha and the Indian National Congress, 1915 to 1926', in *Modern Asian Studies*, 9(2): 145–203.

GovernmentofBihar. 1947.'PoliticalDepartment(Special),File No.113(V), (Confidential). Patna: Bihar State Archives.

Goyal, Desh Raj. 2000. *Rashtriya Swayamsevak Sangh* (second revised edition 2000, first edition 1979). New Delhi: Radha Krishna Prakashan.

Graham, Bruce D. 1968.'Shyama Prasad Mookerjee and the Communalist Alternative', in D.A. Low (ed.), *Soundings in Modern South Asian History*, pp. 330–74. London: Weidenfeld and Nicolson.

————. 1990. *Hindu Nationalism and Indian Politics: The Origins and Development of the Bharatiya Jan Sangh*. Cambridge: Cambridge University Press.

Gupta, Dipankar. 1991. 'Communalism and Fundamentalism: Some Notes on the Nature of Ethnic Politics in India', *EPW*, Annual Number, 12 March, 26(11&12): 573–82.

Habib, Irfan, Bipan Chandra, Ravinder Kumar, Kumkum Sangari and Sukumar Muralidharan (eds). 2004. *Towards a Secular and Modern India— Gandhi Reconsidered*. New Delhi: SAHMAT.

Habib, Irfan, Suvira Jaiswal and Aditya Mukherjee. 2003. *History in the New NCERT Textbooks: A Report and an Index of Errors*. Kolkata: Executive Committee, Indian History Congress.

Hansen, Thomas Blom. 1999. *The Saffron Wave: Democracy and Hindu Nationalism in Modern India*. Princeton: Princeton University Press.

Hartung, Jan-Peter, Gillian Hawkes and Anuradha Bhattacharjee. 2004. *Ayodhya 1992–2003: The Assertion of Cultural & Religious Hegemony*. New Delhi: Media House.

Hartung, Jan-Peter and Helmut Reifeld (eds). 2005. *Islamic Education, Diversity and National Identity: Dini Madaris in India Post 9/11*. New Delhi: Sage Publications.

Hasan, Mushirul. 1991. *Nationalism and Communal Politics in India 1885–1930*. New Delhi: Manohar.

———— (ed.). 1993. *India's Partition: Process, Strategy and Mobilisation*. New Delhi: Oxford Univeristy Press.

———— (ed.). 2000. *Inventing Boundaries: Gender, Politics and the Partition of India*. New Delhi: Oxford Univeristy Press.

Hedgewar, K.B. 1967. *Navyug Ka Shankhanad*. New Delhi: Suruchi Prakashan.

————. 1969. *Hamara Adarsh*. 3rd edition. Nagpur: RSS.

————.1985. *Rashtriya Swayamsevak Sangh*. Lucknow: Lokhit Prakashan.

Inamdar, P.L. 1979. *The Story of the Red Fort Trial, 1948–49*. Bombay: Popular Prakashan.

Islam, Shamsul. 2000. *Freedom Movement and the RSS: Story of Betrayal*. 4th edition. New Delhi: Joshi Adhikari Institute of Social Studies.

————. 2002. *Undoing India the RSS Way*. Revised edition. New Delhi: Media House.

————. 2004. *Savarkar—Myths and Facts*. New Delhi: Media House.

————. 2006. *Golwalkar's We or Our Nationhood Defined—A Critique* (with the full text of the book). New Delhi: Pharos Media and Publishing.

Jaffrelot, Christopher. 1996. *The Hindu Nationalist Movement and Indian Politics 1925 to the 1990s: Strategy of Identity Building, Implantation and Mobilisation with Special Reference to Central India*. London: Hurst & Company (first published as *Les nationalists hindoues*, Paris, 1993).

Jaffrelot, Christopher (ed.). 2005. *The Sangh Parivar: A Reader*: New Delhi: Oxford University Press.

Jain, J.C. 1961. *The Murder of Mahatma Gandhi—Prelude and Aftermath*. Bombay: Chetana Ltd.

Jalal, Ayesha. 1985. *The Sole Spokesman: Jinnah, the Muslim League and the Demand for Pakistan*. Cambridge: Cambridge University Press.

Jayakar, M.R. 1959. *The Story of My Life*. Bombay: Asia Publishing House.

Jhangiani, M.A. 1967. *Jana Sangh and Swatantra: A Profile of the Rightist Parties in India*. Bombay: Manaktalas.

Jones, Kenneth W. 1989. 'Politicised Hinduism; The Ideology and the Program of the Hindu Mahasabha', in Robert D. Baird (ed.), *Religion in Modern India*, pp. 447–80. New Delhi: Manohar.

Jordens, J.T.F. 1981. *Swami Shraddhanand: His Life and Causes*. New Delhi: Oxford University Press.

Joshi, Subadhra. 1966. *RSS: Is It a Cultural Organisation?* New Delhi: Sampradayikta Virodhi Committee.

————(ed.). 1967. *RSS—A Danger to Democracy*. New Delhi: Sampradayikta Virodhi Committee.

Kanungo, Pralay. 2002. *RSS's Tryst with Politics: From Hedgewar to Sudarshan*. New Delhi: Manohar.

Kapur, Jeevan Lal. 1970. *Report of the Commission of Inquiry into Conspiracy to Murder Mahatma Gandhi*. New Delhi: Ministry of Home Affairs, Government of India.

Katju, Manjari 2003. *Vishwa Hindu Parishad and Indian Politics*. Hyderabad: Orient Longman.

Keer, Dhananjay. 1950. *Savarkar and His Times*. Bombay: A.V. Keer.

Khosla, Gopal Das. 1963. *The Murder of the Mahatma and Other Essays from a Judge's Notebook*. London: Chatto and Windus.

————. 1989. *Stern Reckoning—A Survey of the Events Leading Up to and Following the Partition of India*. New Delhi: Oxford University Press.

Kohli, R. 1993. *Political Ideas of M.S. Golwalkar*. New Delhi: Deep and Deep Publications.

Kumar, Krishna. 1990a. *Quest for Self-Identity: Cultural Consciousness and Education in the Hindi Region 1880–1950*. Occasional Papers, Nehru Memorial Museum and Library.

————. 1990b. 'Hindu Revivalism and Education in North-Central India', *Social Scientist*, 18(10): 4–26.

Ludden, David (ed.). 1996. *Making India Hindu: Religion, Community, and the Politics of Democracy in India*. New Delhi: Oxford University Press.

Madhok, Balraj. 1954. *Dr Shyama Prasad Mookerjee: A Biography*. Delhi: Deepak Prakashan.

————. 1986. *RSS and Politics*. New Delhi: Hindu World Publications.

Mahajan, Sucheta. 1996. 'Hindu Communal Pressures on the Congress in 1947: The Secular Stance of Congress Ministries', *Journal of Historical Studies*, 2, December.

————. 2000a. *Independence and Partition: The Erosion of Colonial Power in India*. New Delhi: Sage Publications.

————. 2000b. 'Gandhi's Swaraj or Hindu Raj? Making of Post-Independence Polity', in V. Damodaran and Maya Unnithan-Kumar (eds), *Postcolonial India: History, Politics and Culture*, pp. 55–72. Manohar: New Delhi.

———. 2006. 'Communalising the Tribal in the Name of Mainstreaming the Marginal: Adivasis in the Hindu Rashtra', in *Social Science Probings*, 18(2): 105–20.

Malgaonkar, Manohar. 1978. *The Men Who Killed Gandhi*. Delhi: Macmillan.

Malkani, K.R. 1980a. *The RSS Story*. New Delhi: Impex India.

———. 1980b. *How Others Look at RSS*. New Delhi: Deen Dayal Research Institute.

Mathur, Sobhag. 1996. *Hindu Revivalism and the Indian National Movement: A Documentary Study of the Ideals and Policies of the Hindu Mahasabha, 1939–45*. Jodhpur: Kusumanjali.

Misra, Salil. 2001. *A Narrative of Communal Politics: Uttar Pradesh 1937–39*. New Delhi: Sage Publications.

Mookerjee, Shyama Prasad. 1993. *Leaves from a Diary*. Calcutta: Oxford University Press.

Moore, R.J. 1974. *Crisis of Indian Unity, 1917–1940*. New Delhi: Oxford University Press.

Mukherjee, Mridula and Aditya Mukherjee. (eds). 2002. *Communalisation of Education: The History Textbooks Controversy*. Delhi: Delhi Historians' Group.

Muralidharan, Sukumar. 1994. 'Patriotism without People: Milestone in the Evolution of the Hindu Nationalist Ideology', *Social Scientist*, 22(5–6), May–June.

Nanda, B.R. 1998. *Making of a Nation: India's Road to Independence*. New Delhi: HarperCollins.

Nandy, Ashis. 1980. 'Final Encounter:The Politics of the Assassination of Gandhi', in *At the Edge of Psychology—Essays on Politics and Culture*, pp. 70–98. New Delhi: Oxford University Press.

Narayan, Badri. 2006. 'Memories, Saffronising Statues and Constructing Communal Politics', *EPW*, 11 November: 4695–701.

National Book Trust (NBT). 2005. *The Communal Problem: Report of the Kanpur Riots Enquiry Committee*. New Delhi: NBT. (First published by Sunderlal, Secretary, Kanpur Riots Enquiry Committee in 1933.)

Nehru, Jawaharlal. 1948. Public speech at Coimbatore on 3 June 1948. *Selected Works of Jawaharlal Nehru* (JNSW), Second Series, 6:25.

Noorani, A.G. 2000. *The RSS and the BJP: A Division of Labour*. New Delhi: LeftWord Books.

—————. 2002. *Savarkar and Hindutva: Godse Connection*. New Delhi: LeftWord Books.

Nussbaum, Martha C. 2007. *The Clash Within: Democracy, Religious Violence, and India's Future*. Ranikhet: Permanent Black.

Page, David. 1982. *Prelude to Partition*. New Delhi: Oxford University Press.

Palkar, Narayan Hari. 1969. *Dr K.B. Hegdewar*. Pune.

Pandit, H.N. 1975. *Climate for Political Murder*. New Delhi: Pageant.

Panikkar, K.N. (ed.). 1991. *Communalism in India: History, Politics and Culture*. New Delhi: Manohar.

—————. 1993. 'Culture and Communalism', *Social Scientist*, 21(3–4): 24–31.

Parmanand, Bhai. 1936. *Hindu Sangathan*. Lahore: The Hindu Yuvak Sabha.

Payne, Robert. 1969. *The Life and Death of Mahatma Gandhi*. London: Dutton.

Prakash, Indra. 1938. *Review of the History and Work of the Hindu Mahasabha and the Hindu Sangathan Movement*. New Delhi: Akhil Bharat Hindu Mahasabha.

—————. 1966. *Hindu Mahasabha: Its Contribution to India's Politics*. New Delhi: Akhil Bharat Hindu Mahasabha.

—————. 1977. *They Count Their Gains—We Calculate Our Losses*. New Delhi: Akhil Bharat Hindu Mahasabha.

Prasad, Beni. 1941. *The Hindu-Muslim Questions*. Allahabad: Indian Press.

Prasad, Rajendra. 1946. *India Divided*. Bombay: Hind Kitab.

—————. 1955. *At the Feet of Mahatma Gandhi*. New York: Philosophical Library.

Puniyani, Ram. 2000. *The Other Cheek-Minorities Under Threat*. New Delhi: Media House.

—————. 2001. *Communal Politics—An Illustrated Primer*. New Delhi: SAHMAT.

—————. 2002. *Fascism of Sangh Parivar*. New Delhi: Media House.

—————. 2003a. *The Second Assassination of Gandhi*. New Delhi: Media House.

—————. 2003b. *Communal Politics: Facts versus Myths*. New Delhi: Sage Publications.

————— (ed.). 2005. *Religion, Power and Violence: Expression of Politics in Contemporary Times*. New Delhi: Sage Publications.

—————. 2006. *Contours of Hindu Rashtra: Hindutva, Sangh Parivar and Contemporary Politics*. Delhi: Kalpaz.

Puri, Geeta. 2005. *Hindutva Politics in India—Genesis, Political Strategies and Growth of Bharatiya Janta Party*. New Delhi: UBS Publishers.

Pyarelal. 1958. *Mahatma Gandhi: The Last Phase*, Volume II. Ahmedabad: Navajivan Publishing House.

Rajagopal, Arvind. 1994. 'Interview with Gopal Godse'. *Frontline*. 28 January.

Ram, P.R. (ed.). 1998. *Secular Challenge to Communal Politics Anthology on Communal Problem*. Mumbai: Vikas Adhyayan Kendra.

Rao, U.R. (ed.). 1963. *The Way to Communal Harmony*. Ahmedabad: Navajivan Publishing House.

SAHMAT (Safdar Hashmi Memorial Trust). 2001. *Against Communalisation of Education*. New Delhi: SAHMAT.

———. 2002a. *Saffronised and Substantiated: A Critique of the New NCERT Textbooks*. New Delhi: SAHMAT.

———. 2002b. *Communalisation of Education: The Assault on History Press Reportage, Editorials, and Articles*. New Delhi: SAHMAT.

———. 2003. *Plagiarised and Communalised: More on the NCERT Text Books Articles, Editorials, Reports*. New Delhi: SAHMAT.

———. 2004. *The Savarkar Controversy*. New Delhi: SAHMAT.

———. 2005. *Debating Education: A Critical Appraisal of National Curriculum Framework*. New Delhi: SAHMAT.

Sarkar, Sumit. 1993. 'Fascism of the Sangh Parivar', *EPW*, 28(5): 163–67.

Savarkar, V.D. 1949. *Hindu Rashtra Darshan: A Collection of the Presidential Speeches*. Bombay: Laxman Ganesh Khare.

Savarkar, V.D. 1969. *Hindutva: Who is a Hindu?* Fifth Edition. Bombay: Veer Savarkar Prakashan. (First published in 1923 and another edition was published by Hindu Sahitya Sadan, New Delhi, 2003.

Sen, Amartya. 2005. *The Argumentative Indian: Writings on Indian History, Culture and Identity*. London: Allen Lane, Penguin.

Sen, Satadru. 2000. *Disciplining Punishment: Colonialism and Convict Society in the Andaman Islands*. New Delhi: Oxford University Press.

Sharma, Jyotirmaya. 2003. *Hindutva: Exploring the Idea of Hindu Nationalism*. New Delhi: Penguin.

———. 2007. *Terrifying Vision: M.S. Golwalkar, the RSS and India*. New Delhi: Penguin.

Sharma, Suresh. 1995. 'Savarkar's Quest for a Modern Hindu Consolidation', *Studies in Humanities and Social Sciences*, Winter, 2(2): 189–216.

Sheshadri, H.V. 1988. *RSS: A Vision in Action*. Bangalore: Jagarana Prakashan.

Shraddhanand, Swami. 1926. *Hindu Sangathan: Saviour of the Dying Race*. Delhi: Arjun Press.

Singh, Anita Inder. 1987. *The Origins of the Partition of India, 1936–1947*. New Delhi: Oxford University Press.

Smith, Donald Eugene (ed.). 1966. *South Asian Politics and Religion*. Princeton: Princeton University Press.

Smith, Wilfred Cantwell. 1946. *Modern Islam in India: A Social Analysis*. London: Victor Gollancz.

Sundar, Nandini. 2004. 'Teaching to Hate RSS' Pedagogical Programme', *EPW*, 39(16): 1605–12.

Tendulkar, D.G. 1963. *Mahatma: Life of Mohandas Karamchand Gandhi*, Vol. 8, New Delhi: Government of India.

Thapar, Romila. 1989. 'Imagined Religious Communities? Ancient History and the Modern Search for a Hindu Identity', *Modern Asian Studies*, 23(2).

Thapar, Romila, H. Mukhia and B. Chandra. 1969. *Communalism and the Writing of India History*. Delhi: People's Publishing House.

Thengadi, D.B. 1988. *Pandit Deendayal Upadhyaya—Ideology and Perception*. New Delhi: Suruchi Prakashan.

Thursby, G.R. 1975. *Hindu-Muslim Relations in British India: A Study of Controversy, Conflict and Communal Movements in Northern India 1923–1928*. Leiden: E.J. Brill.

Tuteja, K.L. 1998. 'Hindu Consciousness, Communalism and the Congress in Pre-partition Punjab', *Proceedings of the Indian History Congress, 58th session, Bangalore, 1997*, pp. 425–73.

Upadhyaya, Deendayal. 1968. *Integral Humanism*. Delhi: Navchetan Press.

Van der Veer, Peter. 1994. *Religious Nationalism: Hindu and Muslims in India*. Berkley: University of California Press.

Vanaik, Achin. 1994. *Situating the Threat of Hindu Nationalism: Problems with the Fascist Paradigm*, Centre for Contemporary Studies. New Delhi: Nehru Memorial Museum and Library.

Wilkinson, Steven I. 2005. *Religious Politics and Communal Violence*. New Delhi: Oxford University Press.

Zavos, John. 2000. *The Emergence of Hindu Nationalism in India*. New Delhi: Oxford University Press.

Zelliot, E. and M. Berntsen (eds). 1988. *The Experience of Hinduism*. New York. State University of New York Press.

लेखक परिचय

आदित्य मुखर्जी हे नवी दिल्लीतील जवाहरलाल नेहरू विद्यापीठातील (जेएनयू) सेंटर फॉर हिस्टॉरिकल स्टडीज् विभागामध्ये 'समकालीन भारतीय इतिहास' या विषयाचे प्राध्यापक आहेत. त्याचप्रमाणे, ते जेएनयूमधील स्कूल ऑफ सोशल सायन्सेसचे अधिष्ठाता व जेएनयूमधील जवाहरलाल नेहरू इन्स्टिट्यूट ऑफ ॲडव्हान्स्ड स्टडीज् या संस्थेचे संचालक होते. मुखर्जी हे अमेरिकेतील उत्तर कॅरोलिना येथील ड्यूक युनिव्हर्सिटीमध्ये आणि इटलीमधील ला सपेन्झा, युनिव्हर्सिटी ऑफ रोम येथे अभ्यागत प्राध्यापक होते. १९९९– २००० या काळात ते टोकियो युनिव्हर्सिटीमध्ये जपान फाउंडेशनचे विद्यावृत्तीधारक म्हणून कार्यरत होते. तसेच ते यू.के. मधील लँकास्टर, फ्रान्समधील नान्तेस आणि ब्राझीलमधील साओ पाओलो येथील इन्स्टिट्यूट्स ऑफ ॲडव्हान्स्ड स्टडीज येथेही विद्यावृत्तीधारक म्हणून कार्यरत होते. त्यांच्या प्रकाशित झालेल्या महत्त्वाच्या पुस्तकांमध्ये *इंपिरियलिझम, नॅशनॅलिझम अँड दि मेकिंग ऑफ दि इंडियन कॅपिटालिस्ट क्लास* (२००२), *इंडिया सिन्स इंडिपेंडन्स* (२००८) आणि *इंडियाज् स्ट्रगल फॉर इंडिपेंडन्स* (१९८८) आदींचा समावेश आहे. सेजच्या आधुनिक भारतीय इतिहास या विषयावरील मालिकेतील लेखनाचे संपादन ते करत असून या मालिकेत आतापर्यंत १८ प्रबंध निर्माण झाले आहेत.

मृदुला मुखर्जी या नवी दिल्लीतील जवाहरलाल नेहरू विद्यापीठामधील सेंटर फॉर हिस्टॉरिकल स्टडीज् विभागामध्ये 'आधुनिक भारतीय इतिहास' या विषयाच्या प्राध्यापिका, जेएनयूमधील स्कूल ऑफ सोशल सायन्सेसच्या अधिष्ठाता आणि नेहरू मेमोरियल म्युझियम अँड लायब्ररी या संस्थेच्या संचालिका होत्या. त्या १९८६ साली अमेरिकेतील उत्तर कॅरोलिना येथील ड्यूक युनिव्हर्सिटीमध्ये आणि १९९९–२००० या काळात टोकियो

युनिव्हर्सिटीमध्ये अभ्यागत अभ्यासक होत्या. तसेच फ्रान्सच्या नान्तेसमध्ये इन्स्टिट्यूट ऑफ ॲडव्हान्स्ड स्टडीज येथेही विद्यावृत्तीधारक म्हणून कार्यरत होत्या. *पिझन्ट्स इन इंडियाज् नॉन-व्हॉयलंट रिव्हॉल्युशन* (२००४), *कॉलनियलायझिंग ॲग्रिकल्चर: दि मिथ ऑफ पंजाब एक्सेप्शनॉलिझम* (२००५), *इंडिया सिन्स इंडिपेंडन्स* (२००८) आणि *इंडियाज् स्ट्रगल फॉर इंडिपेंडन्स* (१९८८) आदी त्यांची महत्त्वाची प्रकाशित पुस्तके आहेत. सेजच्या आधुनिक भारतीय इतिहास या विषयावरील मालिकेतील लेखनाचे संपादन त्या करत असून या मालिकेत आतापर्यंत १८ प्रबंध निर्माण झाले आहेत.

सुचेता महाजन या नवी दिल्लीतील जवाहरलाल नेहरू विद्यापीठामधील सेंटर फॉर हिस्टॉरिकल स्टडीज् विभागामध्ये आधुनिक भारतीय इतिहास या विषयाच्या प्राध्यापक असून त्या या विभागाच्या तसेच जेएनयूमधील पी. सी. जोशी अर्काइव्हज ऑन कॉन्टेम्पररी हिस्ट्री या विभागाच्या अध्यक्ष होत्या. त्यांनी दिल्ली विद्यापीठामध्येही अध्यापन केले आहे आणि यूएसएच्या ओहियोमधील वूस्टर कॉलेजमध्ये त्या अभ्यागत प्राध्यापक म्हणून कार्यरत होत्या. सिमला येथील इंडियन इन्स्टिट्यूट ऑफ ॲडव्हान्स्ड स्टडीज् या संस्थेच्या त्या विद्यावृत्तीधारक होत्या. इटलीतील बेलेजिओ येथेही त्या रॉकफेलर विद्यावृत्तीधारक आणि आयर्लंडच्या डब्लिनमधील ट्रिनिटी कॉलेजमध्ये त्या स्पेक्ट्रेस विद्यावृत्तीधारक म्हणून कार्यरत होत्या. विसाव्या शतकातील भारताचा इतिहास आणि राजकारण या विषयावर त्यांचे आतापर्यंत विपुल साहित्य प्रकाशित झाले आहे. त्यांच्या महत्त्वाच्या प्रकाशित पुस्तकांमध्ये *इंडिपेंडन्स ॲंड पार्टिशन: दि इरोजन ऑफ कॉलनियल पॉवर इन इंडिया* (२०००), *इंडियाज् स्ट्रगल फॉर इंडिपेंडन्स* (१९८८) (बिपन चंद्र आणि इतर यांच्यासह सहलेखन), *राइट्स ऑफ पॅसेज: ए सिव्हिल सर्व्हंट रिमेंबर्स: एच. एम. पटेल* (२००५) आणि *एज्युकेशन फॉर सोशल चेंज: एमव्हीएफ ॲंड चाइल्ड लेबर* (२००८) इत्यादींचा

समावेश आहे. *टूवर्ड्स् फ्रीडम* या मालिकेतील १९४७ च्या खंडातील तीन भागांचे संपादनही त्यांनी केले आहे. यापैकी दोन भाग २०१३ व २०१५ मध्ये प्रकाशित झाले असून तिसरा भाग लवकरच प्रकाशित होणार आहे. इंडियन कौन्सिल ऑफ हिस्टॉरिकल रिसर्च यांनी ही मालिका प्रायोजित केली आहे.

भारतीय भाषा प्रकाशन उपक्रम

सन २०१५मध्ये सुरू झालेल्या सेज भाषा उपक्रमातर्फे, वैचारिक आणि शैक्षणिक क्षेत्रातील प्रत्येक थरापर्यंत अत्याधुनिक संशोधनाद्वारे भारतीय भाषांमधून पोहोचण्याचा आमचा निर्धार आहे. याची सुरुवात आम्ही मराठी आणि हिंदीपासून केलेली आहे. वाजवी दरांमध्ये दर्जेदार प्रकाशने उपलब्ध करून देण्याचा हा उपक्रम आम्ही प्रकाशित करत असलेल्या प्रत्येक भारतीय भाषेमध्ये राबवणार आहोत.

सेजचे सहकारी व्हा.

आपण एखाद्या विषयातले तज्ज्ञ आहात का आणि हस्तलिखितांचे परीक्षण करू इच्छिता?

भाषांतर क्षेत्रात आपल्याला भविष्य घडवायचे आहे का?

जगातल्या अग्रणी शैक्षणिक प्रकाशकाबरोबर एक वितरक म्हणून आपल्याला काम करायला आवडेल?

मग sagebhasha@sagepub.in वर कळवा.

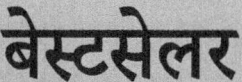

इतर संबंधित पुस्तके, ज्यांत आपल्याला रस असू शकतो

₹ 400

2017
ISBN 978-93-866-0271-8

₹ 295

2016
ISBN 978-93-515-0713-0

₹ 350

2017
ISBN 978-93-859-8532-4

₹ 300

2017
ISBN 978-93-859-8536-2

किमती बदलू शकतात

Made in United States
North Haven, CT
22 August 2025

72014597R00073